ఆ ఒక్కటి

మరికొన్ని కథలు

విజయ కర్రా

ఛాయ

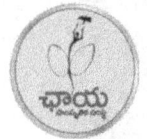

AA OKKATI – MARI KONNI KATHALU
Short stories

Author : VIJAYA KARRA

©Author

First Edition:
July, 2023

Copies : 500

Published By:
Chaaya Resources Centre
103, Haritha Apartments
A - 3, Madhuranagar
HYDERABAD - 500038
Ph: (040) - 23742711
Mobile: +91 - 70931 65151
email: chaayaresourcescenter@gmail.com

Publication No.: CRC - 108

ISBN No. 978 - 93 - 92968 - 69 - 3

Cover and Book Design:
Brahmam, Bhavana Grafix
Hyd @98482 54745

For Copies:
All leading Book Shops
https:/amzn.to/3xPaeld
bit.ly/chaayabooks

అమ్మకి నాన్నకి...

అక్కలిద్దరికి... అన్నలిద్దరికి

అంతర్ముఖి చేసిన కథాగానం

'అతడిని అర్థం చేసుకునే క్రమంలో ఆమె రాస్తున్న కథల్లో పురుష పాత్రలు ప్రధానమవుతూ వచ్చాయి' అన్న వాక్యం ఈ కథా సంపుటి చివరి పేజీలలో ఒకచోట కనపడుతుంది. ఈ వాక్యాన్ని అనేక కోణాల నుంచి అర్థం చేసుకోవచ్చు. నేను తీసుకున్న అర్థం మాత్రం – రచయిత పాత్ర నుంచి విజయ, బైటకి వచ్చి ఈ కథలను కొత్తగా చూసుకుంటున్న క్రమంలో అప్రయత్నంగా ఆమెకి స్ఫురించిన వాక్యమిది. విభిన్నంగా రాయాలన్న ప్రయత్నంలో – రాస్తున్న క్రమంలో – తండ్రి, అన్న, భర్త లేదా స్నేహితుడు వంటి (అ)సాధారణ మగవారు అనుకోకుండా ఆమె రచనలకి చుక్కానిగా మారి ఉండొచ్చు. పురుష పాత్ర ప్రాధాన్యంగా నడుస్తున్నట్లనిపించే కథల్లో కూడా అంతర్గర్భితంగా స్త్రీ పాత్రలు కథాకేంద్రాన్ని తమ చేతిలోకి తీసుకోవడం ఒక టెక్నిక్. బహుశా అది కూడా కారణం కావొచ్చు.

తమ ఆవేదనల గురించి తాము రాసుకునేవారుంటారు, లోకపు బాధలు తమవిగా చేసుకుని రాసేవారుంటారు. వాటిలో పాఠకుల గురించిన చింత సాధారణంగా ఉండదు. మనసులోనుంచి ఉప్పొంగే భావోద్వేగాలను అదే స్థితిలో బైటకి దూకించడం వాటి నిజాయితీకి చిహ్నం.

అయితే ఈ సంపుటిలోని కథలు పాఠకులని గౌరవించి రాసినవి, దాని కోసం శిల్పం మీద శ్రద్ధ పెట్టి రాసినవి, వారు కూడా తనలాగా సాహితీ నైపుణ్యం ఉన్నవారే

అని గ్రహించి రాసినవి. ముఖ్యంగా అన్నీ చెప్పేయాలన్న లౌల్యానికి పోకుండా నిగ్రహించుకుని రాసినవి. ముందుమాటలో కథలని విపులంగా చెప్పేయకూడదన్న ఔచిత్యాన్ని ఈ వ్యాసకర్తకి, గుర్తు చేసింది కూడా ఇటువంటి ధోరణే.

ఈ సంపుటిలోని చాలా కథలకి ఓపెన్ ఎండెడ్ గుణం ఉంది. 'సాక్షి', 'చిన్నారి', 'విండో షాపింగ్', 'ఇంటికి రా' – వంటి కథల్లో ఈ గుణం ప్రస్ఫుటంగా కనిపిస్తుంది. ఈ ఓపెన్ ఎండెడ్ గుణం రెండు రకాలుగా విజయ కథల్లో కనిపిస్తుంది. ఖాళీలు వదలడం ద్వారా వాటిని ఎలా భర్తీ చేసుకోవచ్చో పాఠకుల ఊహకి వదిలివేస్తారు. ఉదాహరణకి 'నల్లమందు' కథలో తమ్మయ్య సంసార జీవితం చుట్టూ నడిచిన కథలో ముగింపుకి వచ్చేసరికి ఊహించని ట్విస్ట్ గా మారుతుంది. ఆ ట్విస్ట్ కూడా ఉత్కంఠని తొలగించదు. కథ ముగిసాక కూడా పాఠకుల మనసులో కొనసాగుతుంది. ఈ ముగింపు సత్యమా కాదా అన్న విచికిత్స పాఠకులకి తొలగదు. దాంతో అనేక ఆలోచనలకి ద్వారాలు తెరుచుకుంటాయి. పాఠకుల ఊహలు, మేధస్సు, లోకానుభవాలను బట్టి ఏమి జరిగి ఉండొచ్చో ఊహించుకుంటారు. ఇది ఒక పద్ధతి.

'విండో షాపింగ్' లాంటి కథలో చిల్లర దొంగతనాలకి అలవాటు పడిన ప్రవాస భారతీయ పిల్లవాడి పట్ల రచయితే కాదు, కథలోని తల్లి పాత్ర కూడా ఎటువంటి నైతికమైన లీడ్ ఇవ్వదు. రచయిత స్వయంగా పూనుకుని అది తప్పు, ఇది ఒప్పు అని సూత్రీకరించి ఉంటే పాఠకులకి ఆ తోవన పోవడం తప్ప వేరు మార్గం ఉండదు. థ్రిల్ కోసమో, అవసరాల కోసమో, టీనేజ్ ఉద్వేగాల వల్లనో అటువంటి మార్గంలోకి వెళ్ళే వేలాది పిల్లలు మన కళ్ళ ముందు కదలడమే రచనకి సార్థకత. మరి కొంచెం ఆలోచనలు ముందుకు వెళ్లేవారికి, నేరము – శిక్షల సంక్లిష్ట సందర్భాలు స్ఫురిస్తాయి. తోటలోని మామిడి పండుని కోసినందుకు ప్రాణాలు కోల్పోయిన మనిషి జాడ మనసులో కలయదిరుగుతుంది. నైతికతని దాటి చూసే అవకాశం కలగడం రెండో పద్ధతి.

విజయ కథల్లో ఆశ్చర్య పరిచే గుణం మరొకటి ఉంది. జీవితంలో పైకి సాదాగా కనిపించే విషయాలలోని ప్రత్యేకతను అలవోకగా పట్టుకోవడంతో పాటు, కల్లోల పరిచే విషయాలను నిబ్బరంగా చూడడం. అనేక దృష్టికోణాల సంయమనం ఉంటే తప్ప ఇది సాధ్యం కాదు. 'గోదావరి తీరంలో' కథలో కళ్యాణ

మంటపాన్ని అద్దెకిచ్చేవారు, తీసుకునేవారి మధ్య ఉన్న ఆరాట పోరాటాలు మనకి మామూలుగా సాదాగా తోస్తుంది. దాన్లో ఆశనిరాశల తాత్వికతని పరోక్షంగా పలికించారు. 'సాక్షి' కథలో ఇద్దరు ప్రేమికులకి వారి స్నేహితులు చేసిన తీవ్ర అవమానాలు కథ చివరిలో తెలియడం షాకింగ్ గా అనిపించే విషయం, కానీ దానికి గురైన ప్రేమికులు చానాళ్ళ తర్వాత ఎదురైన స్నేహితులతో ప్రవర్తించిన తీరు సున్నితంగా ఉంటుంది. ఎంతో మెలోడ్రామాకి అవకాశం ఉన్న సందర్భాన్ని నిభాయించుకోవడంలోనే రచయిత విజయం కనపడుతుంది.

లాక్ డౌన్ సందర్భంలో ఒక మధ్యతరగతి కుటుంబపు రొటీన్ లోని సన్నటి మెరుపుని చెప్పిన 'దిల్ ధడక్ నే దో' వంటి ఒకటి రెండు కథల్లో తప్ప ఎక్కడా తక్షణత్వానికి అవకాశం లేదు. చాలా కథలు సార్వకాలికం, సార్వజనీనం. విజయ స్వయంగా ప్రవాస భారతీయురాలు. కనుక ఆమె కథల్లో 'విండో షాపింగ్', 'ద డే బిఫోర్', కథలు అనివార్యంగా ప్రవాస జీవితాలను చిత్రించాయి. ఈ రెండు కథలనూ చదివితే మరిన్ని ప్రవాస జీవన స్థితులను ఆమె కథనం చేస్తే తెలుసుకోవాలన్న ఆసక్తి కలుగుతుంది.

అలా జరుగుతాయో లేదో మనకి తెలీదు కానీ ఇలా జరిగితే బావుండును అనిపించే కథలు మూడున్నాయి. 'రీచ్ అవుట్', 'అల్లరి తమ్ముడు', 'చిన్నారి'. మనుషులు మానవీయంగానే కదా ఉంటారు, అని ఎంతో నమ్మితే తప్ప ఇటువంటి కథలు రాయలేరు.

అయిదేళ్ళ పిల్ల మీదా, ఇరవై ఏళ్ల అమ్మాయి మీదా, నలభై ఏళ్ల స్త్రీ మీదా – వయసు నిమిత్తం లేకుండా సాగే లైంగిక వేధింపులకి పరిష్కారం పోలీస్ స్టేషన్లలోనే కాకుండా తన చుట్టూ ఉన్న సమూహాలలో గుర్తించడం బావుందనిపిస్తుంది. కత్తితో పొడిచి, రాళ్ళతో బాది, చంపేస్తున్నా పక్కనుంచే ఉదాసీనంగా చూస్తూ వెళ్ళిపోయే మనుషుల మధ్య 'రీచ్ అవుట్' ద్వారా ఒకరికొకరు సాయం చేసుకునే ఆలోచన భరోసానిస్తుంది. హోదాలు, పదవులు పెద్దవారి లౌక్యాలు తప్ప అవేవీ అంటని పసివాడైన 'అల్లరి తమ్ముడు' ముద్దొచ్చేస్తాడు. వివాహేతర బంధం ద్వారా తన తండ్రికి పుట్టిన కూతురిపట్ల, మొదటిభార్య కొడుకు చూపించిన అసహనం, చిరాకు చివరికి ప్రేమగా మారిపోవడం కళ్ళనీళ్ళు తెప్పిస్తుంది. విజయ కథల్లో నాటకీయ ముగింపునిచ్చిన ఏకైక కథ ఇదే.

ఈ అంతర్ముఖి ప్యూర్ హ్యూమర్ కూడా రాయగలరని 'ఉగాది వచ్చి వెళ్ళింది' కథ నిరూపిస్తుంది. కేవలం మనోరంజకమే ఈ హాస్యానికి పరమావధి కాదు. జీవితాన్ని బిగలాగి ఉంచే క్రమశిక్షణ కన్నా చిన్న చిన్న సరదాలకి, లోకం గేలి చేసేవాటికి లొంగిపోవడంలో ఉన్న మజాని మనమూ అనుభవిస్తాము.

ఈ సంపుటి శీర్షిక అయిన 'ఆ ఒక్కటి' కథ పాఠకులను విస్తృతమైన చదువరితనంలోకి లాక్కుపోతుంది. సాహిత్యాన్ని తిని బతికే జీవులకి పండగలాంటి కథ ఇది. ఇందులో ప్రస్తావనకి వచ్చిన రచనలతో మన జ్ఞాపకాలు లంకె వేసుకోవడం ద్వారా వాటన్నిటి పఠనానుభవాన్ని ఒక్క కథలోనే అనుభవిస్తాము. సంపుటిలో చివర ఉన్న ఈ కథ మండీ భోజనంలా అనేక పుస్తకాల సారాన్ని చవులూరిస్తూ చెప్పింది.

విజయ కథన విశ్వరూపాన్ని చూపినవి మాత్రం పురాణ పాత్రల నేపథ్యంలో రాసిన 'చక్కని తండ్రికి చాంగుభళా', 'మోహన వంశీ'. ఆధునిక శిల్పంతో ఓ హెన్రీ మాదిరి కొసమెరుపుతో కథలు రాసిన విజయయేనా ఈ రెండు కథలు రాసిందీ! అన్న అబ్బురం కలుగుతుంది. పురాణాల పట్ల ఆమెకి ఉన్న అవగాహన, పాండిత్యం, శ్రద్ధకి ముచ్చటేస్తుంది. వర్తమాన మత రాజకీయాల వల్ల రూపు మారిన అనేక పాత్రలని తన భావుకత్వపు సానరాయితో అందంగా మెరుగు పెట్టారు. వారు శివపార్వతులైనా, గోపికా కృష్ణులైనా – రేపో మాపో రాముడి గురించి రాసినా వారిని మానవులుగా చేసి, వారికి మానవ ఉద్వేగాలు అలది అందరికీ ఇష్టులుగా చేయగలరు.

ఈ రెండు కథల అంతరార్థాలు వేరే ఉన్నా కూడా 'మోహన వంశీ'లోని ప్రేమ వైభోగం, 'చక్కని తండ్రికి చాంగు భళా'లోని పెళ్లి వైభోగమే కథని దృశ్యమానం చేస్తాయి. ఇక మనల్ని కట్టి పడేసేవి మాత్రం ముఖ్యంగా వర్ణనలు. హృదయంలో ఎన్ని పూలు పూస్తేనో, వెన్నెల కురిస్తేనో, చిరుజల్లులు తడిపితేనో, పరిమళం వీస్తేనో మాత్రమే ఈ వర్ణనలు పుడతాయి. ముందు మాటలో టెక్స్ట్ ఇవ్వకూడదని ఎంత గట్టిగా నిర్ణయం తీసుకున్నా శాంపిల్ రుచిగా ఒక వర్ణన ఇవ్వకుండా ఉండలేకపోయాను. 'చక్కని తండ్రికి చాంగు భళా' కథలో శివుడు పెళ్ళికుమారుడుగా మారినప్పటి వర్ణన –

"చంద్ర సతీమణులు ఇద్దరుగా ముగ్గురుగా జతపడి ఫాలాక్షుని అలంకరణకు పూనుకున్నారు. తైల మర్ధనంతో మెత్తబడి, కుంకుళ్ళ ధాటికి శుభ్రపడి సాంబ్రాణి ధూప సెగలకి జలజలా విడివడి హరుని ఒత్తైన కేశసంపద వెన్ను భుజాలను కప్పివేస్తూ కూర్చున్న అతగాడి నడుము వంపు దాకా వచ్చి వాలింది. నుదుటి పైనుండి దువ్వి కొంతభాగం ఒడిసిపట్టి ఒకరు ముడిచుట్టితే మరొకరు పచ్చని చామంతుల దండని ఆ కొప్పు చుట్టూ తిప్పి కట్టారు. దానితో అతని తీరైన నుదురు, శ్రీకారం వంటి చెవులు, సూదంటిరాయంటి నాసిక మరింత స్పష్టమయినాయి."

కథల్లో కొన్ని వాక్యాలకి సందర్భంతో కలిసి అంటుకున్న సొగసు మనసుని నిలవేసి ఆపి మరొకసారి చదువుకునేలా చేస్తుంది. కలెక్టరవడం వల్ల మారిపోయాడని వాళ్ళ బాబాయ్ గురించి ఏడేళ్ళ పాప మథనపడుతుంది. "బాబాయ్ ఏంటో కొత్తగా ఉన్నాడు. అంటే ఎపుడూ ఉన్నట్లు లేడు. తమ్ముడిని వాడి జిలేబీ అడిగితే గోరుతో గిల్లి చిన్ని చిన్ని ముక్కలుగా పెడతాడే అలా చాలా కొద్దికొద్దిగా నవ్వుతున్నాడు" అనుకుంటుంది. చిన్నపిల్లల ఊహాపరిధి నుంచి తెచ్చిన ఉపమానం ఇది.

ఏడాదికోసారి విరిసే పూలలా విజయ అరుదుగా మాత్రమే కథలు రాస్తారు. వాటి ప్రభావ పరిమళం మాత్రం వెన్నాడుతూనే ఉంటుంది. జీవితపు పచ్చి వాస్తవికతని, తీవ్ర దుఃఖాన్ని, వంచనని, దారుణ దౌర్జన్యాలను – స్ట్రైట్ గా ప్రశ్నించే రచనలు ఎంత అవసరమో – జీవితంలోని చిన్నా పెద్దా కష్టనష్టాలను, ఉత్సవ సౌరభాలను, సౌందర్యాన్ని, మానవ, అమానవీయతలను మార్మికంగా, నిబ్బరంగా చెప్పే రచనలు కూడా అంతే అవసరం. రెండోకోవకి చెందిన విజయ, తన హృదయపు స్నిగ్ధతను పదికాలాలు నిలుపుకుంటూ ఏడాదికి రెండుసార్లయినా కథా వసంతాలు విరజిమ్మాలని కోరుకుంటున్నాను.

విజయ, తొలి కథా సంపుటి 'ఆ ఒక్కటి, మరికొన్ని కథల' కి స్వాగతం.

కె. ఎన్. మల్లీశ్వరి

06/06/2023

విశాఖపట్నం

కథాక్రమం

(అ)పరిచితుడు

ఈ మధ్య అతడు తరుచుగా కనిపిస్తున్నాడన్న విషయం నేను నా భర్తకి చెప్పలేదు. నా పెళ్ళినాటికే వాళ్ళ రెండు కుటుంబాల మధ్య సఖ్యత లేదని వాళ్ళూ వీళ్ళూ చెప్పుకోగా విన్నాను. ఎప్పుడో దూరంగా వెళ్తూ కనిపించినప్పుడు అదిగో వాడే ఫలానా అని మా ఇంటికి చుట్టపు చూపుగా వచ్చిన వరుసకి ఆడపడుచు చెప్పడం ద్వారానే నాకు అతను ఎవరో ఏమిటో తెలిసింది. మరోసారి ఏదో పెళ్ళిలో అల్లంత దూరం నుండే చూసి నా భర్త మొహం తిప్పుకుని కుడివైపుకెళ్ళి కూర్చుంటే అతడు అంతకన్నా పెడసరంగా ఎడమవైపుకి తప్పుకోవడం నా కంటపడింది. వారి వారి తండ్రుల విభేదాలకి విలువిచ్చే అలా చేసేవారో లేక వీళ్ళిద్దరి మధ్య కూడా కనిపించని స్పర్థ ఏదైనా వుందో నాకైతే తెలియలేదు.

ఈ ప్రపంచం ఎంత వింతైనదంటే, ఒకే వీధిలో ఏళ్ళ తరుబడి వుంటూ కూడా పలకరించుకోకుండా, ఎదురైతే కనీసం నవ్వకుండా జీవితాలు గడిపేసేవాళ్ళు ఎందరో?! అందులో ఇతడు పరాయివాడికన్నా ఎక్కువే. అందుకే ఎదురైతే ముభావంగా పక్కకి తప్పుకునిపోయే మేమిద్దరం మాట్లాడుకోవలసి వస్తుందని నేనెప్పుడూ ఊహించలేదు. కానీ నిన్నటి రోజున అదే జరిగింది.

కూరల నాణ్యత ఎంచుకునే వాళ్ళ సామర్థ్యాన్ని బట్టి వుంటుంది. నిన్ననలాగే అనుకోకుండా మేమిద్దరం ఒకే అంగడిలో కూరలు కొనాల్సివచ్చినప్పుడు

నేను దూరంగా నిల్చుని అతడి ఎంపికని చూస్తున్నాను. నేను ముందుగా వచ్చి బేరమాడుతున్నప్పుడు – పక్క పక్కనే నిల్చుని ఏరుకునే అవకాశం వున్నా – అతడు నాలాగే దూరంగా వుండి తన వంతు కోసం ఎదురు చూస్తాడు. దీన్ని బట్టి చూస్తే నేనెవరో అతడికి తెలుసునని నాకనిపించేది.

పచ్చిబఠాణీలు, పాలకూర కొని ముందుకు వెళ్తుండగా వున్నట్లుండి నా ముందు నుండి వస్తున్న జనం చెల్లాచెదురై పరిగెత్తసాగారు. వాళ్ళ తోపుడుకి తూలి నిలబడే లోపున ఎదురుగా కొమ్ములు తిరిగిన ఎద్దొకటి దూసుకురావడం కనిపించింది. కంగారుగా పక్కకి తప్పుకునే లోపల ఎదురుగా వస్తున్న బైక్ ఒకటి నన్ను రాసుకుంటూ వెళ్ళిపోయింది. ఏం జరిగిందో తెలిసేలోపల నేలపైన పడిపోయివున్న నన్ను అతడు 'అరెరే!' అంటూ లేపి నిలబెట్టాడు. పడడమే ఓ పక్కగా పడ్డానేమో శరీరంలో ఎడమ భాగమంతా నేలని తాకి రాసుకుపోయి నెప్పితో భగ్గుమంది. మోచెయ్యి పూర్తిగా చెక్కుకుపోయి రక్తం చారికలు కట్టింది. భయంతో మెదడు దిమ్మెక్కిపోయింది. నెప్పితో కళ్ళలో నీళ్ళుతిరిగాయి.

నా మొహంలోకి కంగారుగా చూస్తూ "అయ్యయ్యో! దెబ్బలు బాగా తగిలిపోయాయే! మీరు నడవగలరా వదినా? ఈ పక్క వీధిలోనే తెలిసిన డాక్టర్ వున్నాడు. వెళ్దాం అక్కడికి," అన్నాడతడు. అప్పటికే నిలదొక్కుకున్న నేను మొహమాటంగా "వద్దులే కన్నబాబు! నేనింటి దగ్గర తెలిసిన డాక్టర్ వద్దకి వెళ్తానులే." అన్నాను. అనుకోకుండా నేనలా పిలవగానే అతడి మొహంలో ఆదుర్దా తగ్గి తేటపడింది. వెంటనే అతడు ఆటోని పిలిచి "పక్క వీధిలోనే అమ్మని జాగ్రత్తగా దింపెయ్యి." అంటూ "వెంటనే డాక్టరికి చూపించుకోండి వదినా!" అన్నాడు నా బ్యాగు ఆటోలో పెడుతూ.

ఆ సంఘటన జరిగిన వెంటనే నాకేదో తెలియని మంచి జరగబోతోందని పించింది. కాని అదంతా నా ఊహ మాత్రమే. మా ఇంట్లో కోడళ్ళు ఏ విషయాలు మాట్లాడకూడదో, ఏవి ఎంత మటుకు ఆచి తూచి మాట్లాడాలో నాకు పెళ్ళైన మొదటి సంవత్సరంలోనే తెలిసివచ్చింది. అది మరోసారి రుజువైంది. మూడు తరాలు దాటితే మరుగునపడిపోయే బాంధవ్యాల కోసం ఇన్నిస్పర్థలు నెత్తినేసుకుని జీవించాలా అని బాధేసింది.

ఆ తరువాత కూడా మేము అప్పుడప్పుడూ ఎదురుపడుతూనే వున్నాం. ఇంతకుముందు లాగే ఒకరినుంచొకరం దూరంగా మసులుకునేవాళ్ళం. ఎటొచ్చీ ఎదురుపడినప్పుడు ఒకప్పటిలా నిర్లిప్తంగా కాకుండా మా చూపులు 'కుశలమా?! బావున్నారుకదా!' అన్నట్లు పలకరించుకునేవి.

ఈమాట అంతర్జాల మాసపత్రిక – మే 2020

నల్లమందు

ఎప్పటిలాగే రాత్రి భోజనాలయ్యాక ఆ నలుగురూ తీరికగా హాల్లో సోఫాల్లో కూర్చున్నారు.

"ఇరవైరెండేళ్ళ వయసులో మొదటిసారి నేను కోనసీమకి వెళ్ళడం. పనిమీద ఎలాగూ రాజమండ్రి వెళ్తున్నాను కదా అని, నాతో పాటు కొత్తగా ఉద్యోగంలో చేరిన నందు ఆ పక్కన పల్లెలో వున్న వాళ్ళమ్మకి ఇచ్చి రమ్మని డబ్బుల కవరొకటి ఇచ్చాడు."

అతడా విషయం మొదలు పెట్టగానే "ఆఫీస్ పని చేసుకోవాలి నాన్న!" అంటూ కొడుకు లేచి తన గదిలోకి వెళ్ళిపోయాడు. భార్య ఆవులించి "నిద్రకి ఆగలేను బాబు" అంటూ తన గదిలోకి వెళ్ళింది. గోడ గడియారం అప్పటికింకా రాత్రి ఎనిమిదిన్నరే చూపిస్తోంది.

ఎదురుగా కూర్చున్న కొత్త కోడలు కుతూహలంగా చూస్తూ "చెప్పండి మామయ్యా!" అంది.

"మండువా ఇల్లు చూసావా నువ్వు?"

లేదన్నట్లు తల ఊపింది.

"సిటీలో పుట్టి పెరిగానేమో! నేను అదే మొదటిసారి – ఆ ఊర్లోనే చూడ్డం."

కోడలు వెనక్కి వాలి సర్దుకుని కూర్చుని వినసాగింది.

★★★

ఊరి పొలిమేరలో నన్ను దింపి బస్సు వెళ్ళిపోయింది. మధ్యలో బస్సుకి ఏదో రిపైర్ రావడంతో అనుకున్న సమయానికన్నా మూడు గంటలు ఆలస్యంగా చేరాను. ఆరు దాటాక ఆ దారిన బస్సులు వుండవని చెప్పాడు నందు. అప్పటికే ఏడుదాటి ఆకాశం మబ్బు పట్టి వుండటంతో కరెంటు సదుపాయం ఇంకా రాని ఆ ఊరిని చీకటి పూర్తిగా కమ్మేసింది.

నందు ఇంట్లో డబ్బులు ఇచ్చేసాక రోడ్డు మీదకి వచ్చి ఏదైనా లారీలాంటిది పట్టుకోవచ్చేమో అనుకున్నాను. రోడ్డు దగ్గర బడ్డీ కొట్టు మూసేస్తున్న ఓ వ్యక్తి "ఎవరింటికండీ?" అంటూ అడిగాడు. నందు వాళ్ళ ఇంటికని చెప్పాను.

"తమ్మయ్యగారిల్లా! అలా సెప్పండి... రెండో వీధిలో చివరిల్లు. చివరికంటా ఎళ్ళిపొండి. ఎత్తు గుమ్మాల ఇల్లు."

నిజంగా ఆయన పేరు తమ్మయ్య లేక ఓ అన్నకి తమ్ముడిగా ఆపేరుతో స్థిరపడ్డాడో తెలియదు.

అటూ ఇటూ అక్కడక్కడా తాటి చెట్లు, కొబ్బరి చెట్లు వున్న మట్టి రోడ్డున ఓ మూడు నిమిషాలు లోపలికి నడిచాక అసలు ఊరొచ్చింది. మూడు వీధుల ఊరు – మొదట్లో ఓ చిన్న అమ్మవారి గుడి. రెండో వీధిలో లెక్క పెట్టుకుంటూ వెళ్తే అటూ ఇటూ కలిపి ఇరవై నాలుగు గడపలు. వీధి చివరికి చేరుకున్నాను.

రెండు వైపులా ఎత్తు అరుగుల పెంకుటిళ్ళు. రెండూ ఒకేలా వున్నాయి. కుడి వైపుదో ఎడమ వైపుదో చెప్పలేదతను. జన సంచారం లేని ఆ చీకటి వేళ అదృష్టం కొద్దీ కుడివైపు ఇంటి అరుగు పైన ఓ పెద్దాయన కూర్చుని కనిపించాడు. ఎత్తైన వీధి తలుపు ఓరగా తెరచివుంది. మెట్లకి ఇటువైపు అరుగుపైన ఓ చిన్న బుడ్డి దీపం వెలుగుతోంది. అతడి సగభాగం ఆ దీపం వెలుగులోను మిగిలిన సగభాగం చీకట్లోను వున్నాయి. పైకి మడచుకున్న ఎడమ కాలుపైన చేతిని చాచి పెట్టి పోత పోసిన కంచు విగ్రహంలా కూర్చుని వున్నాడు. పంచకట్టు. గుండు తల. దీపం

వెలుగు పడి ఈ వైపు చెవి పోగులు మెరుస్తున్నాయి. మెడలో రుద్రాక్ష మాల.

కొద్దిగా దగ్గరగా వెళ్ళాను. నుదుటి మడతల మధ్య కుంకుమ బొట్టు. ఒత్తైన కనుబొమ్మలు ముడుచుకుని ఆయనెందుకో కోపంగా వున్నట్లు కనిపించాడు.

నసిగినట్లుగా దగ్గాను. కళ్ళముందు వున్న ఏదో వస్తువుని తీవ్రంగా చూస్తున్నట్లు కూర్చుని వున్నాడు ఆయన. నా కేసి చూడనే లేదు. ఈసారి కాస్త గట్టిగా దగ్గి – ఆయన మొహం దగ్గరగా మొహం పెట్టి – "నందు వాళ్ళ ఇల్లు ఇదేనా అండీ!" అంటూ అడిగా.

ఆయన నాకేసి తిరిగి కోపంగా చూస్తూ – "నువ్వెవడివి? ఆ నందుగాడు ఎక్కడ చచ్చాడు? ఇంత రాత్రైంది. కొంపకి చేరాలని తెలియదా?" అంటూ అరిచాడు.

నా వొంట్లోకి కంగారొచ్చింది. కాళ్ళలోకి వొణుకొచ్చింది. అది నందు వాళ్ళ ఇల్లే అని అర్థమైంది. ఇదేమిటీయన ఇలా మాట్లాడుతాడు అనుకుంటూనే... ఏ కళ నున్నాడో ఏమిటో అనుకుని... మళ్ళీ కూడదీసుకుని – కాస్త వెనక్కి జరిగి, నెమ్మదిగా – "నందు వాళ్ళ అమ్మగారు ఎక్కడ? ఆవిడకి ఈ కవర్ ఇవ్వాలి" అన్నాను.

ఈసారి ఆయన నాకేసి మరింత కోపంగా చూసాడు. ఊ అంటూ ఓసారి దీర్ఘం తీసి – "ఇంకెక్కడి నందు వాళ్ళమ్మ? నేనెప్పుడో దాన్ని పీక పిసికి చంపేసానుగా" అన్నాడు.

ఆ మాటతో నా గుండెలవిసిపోయాయి. కాళ్ళ క్రింద భూమి కదలిపోయింది. ఆ పరాయి ఊరిలో... ఆ చీకట్లో... నే విన్నది నిజమేనా అని వెర్రిగా ఆయనకేసి చూస్తునప్పుడు – చెవి దగ్గర ఎవరో గుసగుసలు పోయారు. దడుచుకుని తిరిగి చూసే లోగా – ఆవ్యక్తి నా చెయ్యి పట్టుకుని పక్కకి లాగేసాడు.

తూలి నిలదొక్కుకుని కీచుగొంతుతో "హా! ఆ!.. ఎవరూ" అన్నాను. ఆ వ్యక్తి నా మొహం దగ్గరగా మొహం పెట్టి మరింత గుసగుసగా – "తమ్మయ్యగారితో ఇప్పుడు మాటాడకండి! మీకే మంచిది కాదు. ఊరంతా వినబడేలా అరిచి గోల చేసేస్తాడు" అన్నాడు.

"ఏ... ఏ... ఏమీ... " అన్నాను తడబడుతూ.

"ఇంకా ఆయన నల్లమందు వేసుకున్నట్లు లేదు. మీరా తలుపులోనుండి లోపలికి వెళ్ళిపోండి. సూరమ్మగారు లోనుంటారు."

"నందువాళ్ళ అమ్మా?"

"ఆ ఆవిడే. మీరెళ్ళండి."

గుమ్మం ముందు పాతాళభైరవి విగ్రహంలా ఈయన కూర్చుని వుంటే దాటుకుని నేను లోపలికి వెళ్ళేదెలా?

నా తటపటాయింపు చూస్తూ పర్లేదు వెళ్ళండి అన్నట్లు సైగ చేసాడతడు. అతడ్ని తమ్మయ్యగారిని మార్చి మార్చి చూస్తూ నెమ్మదిగా ఒరగా తీసివున్న వాకిలి నుండి ఇంటి లోపలికి నడిచాను.

★★★

నాలుగు వైపులా నాలుగు గాజుబుడ్డి దీపాలు ఇందాక వీధిలో చూసిన వాటికన్నా కాస్త పెద్దవి వెలుగుతున్నాయి. ఆ కాస్త వెలుగులో బెరుకుగా నాలుగు వైపులా పరికించి చూశాను. విశాలమైన సావిడి. ఆర్చీలా వున్న పైకప్పు భారాన్ని మోస్తూ – అటో మూడు ఇటో మూడు స్తంభాలు. పైకప్పులో ఏదో తేడాగా వుందని చూస్తే మధ్యలో కిటికీ పెట్టినట్లు ఖాళీగా వుంది.

కుడి ఎడమల రెండేసి గదులు – తలుపులు దగ్గరగా వేసివున్నాయి. గోడల నిండా ఫోటోలు. అలా చూస్తూ కాస్త ముందుకు వెళ్తూ ఎందుకో ఆగి చూస్తే మధ్యలో చతురస్రాకారంలో నీళ్ళతొట్టి లాంటి పెద్ద గుంట. నీళ్లయితే లేవు. ఇంకా నయం పైకి చూస్తూ ధుర్యోధనుడిలా అందులో పడ్డాను కాదు.

ఏదో తెలిసినట్లైంది. ఆ పైన కప్పులో ఆ పెద్ద కిటికీ నుండి పగలు ఈ సావిడంతా వెలుగూ వస్తుంది. వర్షం వస్తే ఈ కింద గుంటలో పడతాయి కాబోలు. ఎదురుగా స్తంభాలకి అవతల మరో తలుపు తీసివుంది. లోపల దీపం తెలుస్తోంది. నీళ్ళ బిందె మరింక గిన్నెలేవో కనిపిస్తున్నాయి. వంటిల్లయివుంటుంది.

వొంట్లో ఒణుకింకా తగ్గలేదు. గొంతు పెగుల్చుకుని "అమ్మా!" అని పిలిచాను.

ఎవరూ పలక లేదు. ఇంత దాకా వచ్చాక ఆ వంటింటి గుమ్మం దాకా వెళ్ళి చూస్తే సరి పోతుంది కదా!

మధ్యలో ఈ గొయ్యొకటి. అక్కడి దాకా వెళ్ళాలంటే ఈ పక్కనుంచో ఆ పక్కనుంచో తిరిగి వెళ్ళాల్సిందే. చప్పుడు చెయ్యకుండా మెల్లిగా పాకుతున్నట్లు కుడి వైపునుండి తిరిగి వంటింటికేసి వెళ్ళాను.

మళ్ళీ "అమ్మా!" అన్నాను. నా గొంతు నాకే ఏడుస్తున్నట్లు వినిపించింది.

అటువైపు పెరట్లోకి మరో తలుపనుకుంటాను. ఓరగా తీసివుంది. గుండె చిక్కబట్టుకుని ఈ తలుపు ముందే నిల్చుని ఈసారి "సూరమ్మగారు" అంటూ పిలిచాను. చప్పుడు లేదు.

నిజంగానే వుందా ఈవిడ లోపల? చీకట్లో పొరపాటున దారి తప్పి నేను ఏదైనా దయ్యాల దీవికి రాలేదు కదా! ఇందాక వీధిలో కోపంగా ఆ పెద్దమనిషి – లోపలికి వెళ్ళమన్న ఆ గుసగుసల రాయుడు – ఇక్కడ వీళ్ళంతా నాతో ఆడుకోవటం లేదు కదా! ఆ మూసిన గదుల్లో ఇంకెవరున్నారో! కాళ్ళు వొణుకుతో కదలలేక పోతున్నాయి. ఇప్పుడిక ఇక్కడి నుండి పారిపోవడం కూడా కష్టమే.

'ఇదేమి దేవుడా!' అనుకుంటూ వుండగానే ఇందాక బయట తమ్మయ్యగారన్న మాట పిడుగుపాటులా గుర్తొకొచ్చింది. ఆయన వాలకం చూస్తే ఉన్మాదపు మనిషిలానే వున్నాడు. నిజంగానే ఆవిడ పీక పిసికి బయటకి వచ్చి కూర్చోలేదు కదా!

అయ్యో! ఇప్పుడు నందుకి ఎలా కబురు పంపడం? అసలు ఊర్లో వాళ్ళెవరైనా నన్నిక్కడ చూస్తే... అమ్మో! చేతిలో ఈ డబ్బు కవరుతో ఊరికి కొత్త మనిషిని... నేనే ఆవిడని చంపి డబ్బుతో పారిపోతున్నాని అనుకోరుకదా! ఎందుకనుకోరు? ఎన్ని సినిమాల్లో చూడలేదు. శవానికి దగ్గరగా ఎవరుంటే వాళ్ళనే అనుమానిస్తారు కదా! లాభం లేదు. ఎలాగో అలా శక్తి తెచ్చుకుని ఇక్కడి నుండి బయట పడాలి. దడదడలాడుతున్న గుండెని చేతబట్టుకుని వెనక్కి తిరిగాను.

వెనకనించి "ఏరా! అబ్బిగా, పెరుగు తేవడానికి ఇంతసేపైంది? బాబుగారి భోజనానికి ఇప్పటికే ఆలస్యం అయిపోలేదు" అంటూ వినిపించింది.

గమ్మున వెనక్కి తిరిగి చూసాను.

దీపం చేతిలో పట్టుకుని – అటువైపు తలుపు పూర్తిగా తెరచి లోపలికి వచ్చిందావిడ. గడపదాటి లోపలికి అడుగు పెట్టిన కాళ్ళు, వాటికి కడియాలు.

హమ్మయ్యా! బయట పెద్దాయన బయపెట్టినట్లు కాకుండా ఈవిడ బ్రతికే వుంది. ప్రాణం కుదుటపడింది.

అప్పటికే ఆవిడ నేను కొత్త మనిషినని గ్రహించినట్లుంది. దీపం పైకెత్తి చూస్తూ "ఎవరు నాయనా నువ్వు?" అంటూ అడిగింది.

ఓ కొత్త మనిషిని ఇంట్లో ఇంత లోపలికి వస్తే కూడా – భయం లేకుండా ఎంత నింపాదిగావుంది ఈవిడ. అనుకుంటూనే "నేనండి నందు స్నేహితుడిని... శ్రీనివాసుని" అన్నాను.

నవ్వుతూ "ఓ! శ్రీనివాసువా? నందూ చెప్పినట్లే వున్నాడు నీ సంగతి" అంటూ వంటిల్లు గుమ్మం దాటి ఇవతలికి వచ్చింది.

కుదుటపడ్డ గుండెతో "నందు మీకు ఈ డబ్బులు ఇమ్మన్నాడు" అంటూ ఇస్తుండగా ఆవిడ ఎదురు చూస్తున్న అబ్బిగాడు పెరుగు తీసుకొచ్చాడు. ఆలస్యం చేసినందుకు ఆవిడ చేత చీవాట్లు తిన్నాడు.

ఇక ఇక్కడి నుంచి బయట పడితే మంచిదనిపించింది. ఆ సమయంలో బస్సులు లేక పోయినా రాజమండ్రి వైపు వెళ్ళే లారీలు, ట్రక్కులు వుంటాయా అంటూ ఆ అబ్బిని అడిగాను.

"ఊరి పొలిమేరలో రోడ్డు పక్కన నిల్చున్నారంటే చాలు – అరగంట కొకటి – నిక్షేపంగా వెళ్లొచ్చు మీరు" – అంటూ దీర్ఘం తీశాడు. కావాలంటే తనొచ్చి దింపుతానన్నాడు.

"చాల్లే. ఇంకా నయం. చీకట్లో పురుగుపుట్రా వుంటాయి కూడాను. ఈ రాత్రికి భోంచేసి పడుక్కుని తెల్లారగట్లే వెళ్లువుగాని. నందుగాడి గది వుండనే వుంది" అందావిడ.

బయట ఆ చీకటి, ఈ ఊరి వాతావరణం గుర్తొచ్చి, ఎందుకైనా మంచిది ఈ రాత్రికి ఇక్కడే వుండటం నయమనిపించింది.

"అలాగే వెళ్తూ వెళ్తూ బాబుగారిని లోపలికి రమ్మని చెప్పు" అంటూ అబ్బికి పురమాయించింది.

"అమ్మో! ఆయన జోలికి నేనెళ్ళను బాబు" అంటూ వాడు బయలుదేరాడు.

"ఏడిశావ్ వెధవ!" అంటూ నవ్వుతూ వాడిని కసిరి – నాకేసి చూసి "అదిగో అదే నందుబాబు గది. ఆ గడప పక్కన అరుగు మీదున్న కుర్చీలో కూర్చో. ఈయన నిన్ను చూసి ఏవైనా అడిగినా జవాబు చెప్పకు. నెమ్మదిగా వుండు. ఆయనకి భోజనం పెట్టాక మనం చేద్దామే!" అంటూ వీధిలోకి నడిచింది.

దాంతో మళ్ళీ నాకు గుండెదడ మొదలైంది. నాకు మూడింతలున్న ఆ పడక కుర్చీలో బిక్కుబిక్కుమంటూ కూర్చుని చూడసాగాను.

వీధి తలుపు పూర్తిగా తెరుచుకుని ముందర ఆయన, వెనుక ఆవిడ లోపలికి వచ్చారు. ఆవిడ తలుపు గడియవేసి, "రండి" అంటూ అటు వైపు అరుగు పైనుండి వంటింటికేసి దారితీసింది.

చేతిలో అంకుశం లేని మావటిలా ముందు ఆవిడ – వెనుక ఏనుగులా ఆయన. తల మీద పిడికిలితో ఓ మొట్టు మొట్టి క్రింద కూల్చేయగలడు. ఒక్క చేత్తో పీక పిసికెయ్యగలడు. తలుచుకుంటేనే దుఃఖంగా వుంది. ఎవరు చెప్పాలి ఈవిడకి ఆయన మనసులో దురుద్దేశం.

ఆ కనిపించి కనిపించని చిరుపాటి వెలుగులో నేనెక్కడ కనిపించానో – అటువైపు అరుగు పైన వెళ్తున్న వాడల్లా టక్కున ఆగిపోయాడు. "ఈ నందుగాడు ఏంచేస్తున్నాడక్కడా – వెధవ! ఊరంతా బలాదూరుగా తిరిగొచ్చి – ఆ..." అంటూ హూంకరించాడు. బిగుసుకుపోయి మరింత ముడుచుపోయి కూర్చున్నాను.

"సర్లెండీ! మీరు ముందు భోజనం చెయ్యండి. ఇంట్లో పెరుగు సరిగ్గా తోడుకోక కదా ఆ అబ్బిగాడిని తెమ్మనడం. పాపం మీకు ఆలస్యం అయిపోయింది ఈపూట" అంటూ ఆవిడ ఆయన్ని తిరిగి ముందుకు కదిలించింది.

భోజనం అయ్యాక విగ్రహంలా ఆయన గడపలోనే నిల్చున్నాడు. ఆవిడేదో చేతిలో పెట్టి మంచినీళ్ళ గ్లాసు చేతికిచ్చింది. తిరిగి ఆవిడ వెనుకే ఆయన అటు పక్కన ఉన్న మొదటి గదిలోకి వెళ్ళాడు. ఇక నిద్రపోతాడు కాబోలు.

★★★

ఇద్దరం భోజనానికి కూర్చున్నాం. 'నువ్వెంత కష్టంలో వున్నావో నీకు తెలియదు తల్లీ!' తింటున్నంతసేపు బెంగగా ఆలోచిస్తూనే వున్నాను. కానీ ఎలా చెప్పాలి ఈవిడకి.

తిని లేచాక "నందుగదిలో పక్క దులుపుకుని పడుక్కో బాబు!" అంటూ ఆవిడ వెళ్ళబోయింది.

ఇప్పుడుకాక పోతే ఇంకెప్పుడు అడగడం – "అమ్మా! ఒక్కమాట. ఇందాక నేను వచ్చినప్పుడు ఆయన అదోలా మాట్లాడారు. ఒంట్లో కులాసాయేనా! నల్లమందు ఇచ్చారా!" అన్నాను.

ఆవిడ ఉలిక్కిపడి కంగారుగా ఇటూ అటూ చూసింది. గొంతు తగ్గించి కోపంగా అడిగింది "నీకెవరు చెప్పారు?"

నేను మరింత కంగారుగా "ఇందాక బయట ఆయనెవరో అన్నారండి. ఆ నల్లమందు గురించి నాకేం తెలియదు" అన్నాను.

"ఉష్! అలా పైకి అనకు నాయనా! అదో నిషిద్ధ పదార్థం కదా!"

తెల్లబోయిన నా మొహం చూసి తిరిగి చెప్పింది. "అదో గంజాయిలాంటి మత్తుమందు బాబు. నిద్ర మాత్రలాంటిదనుకో. ఈయనకి కోపం జాస్తి. దానికితోడు నిద్రపట్టదు. పైగా చెరుపు మరుపు. పాత విషయాలే కానీ కొత్తవేవీ గుర్తుండవు. కొన్ని మార్లు రెండు పూటలా ఇస్తే కానీ కుదురుగా వుండరు. ఊర్లో కొంతమంది పెద్దవాళ్ళకి ఇది మామూలే కానీ. ఇలా వాడుతున్నామని బయటెక్కడా గట్టిగా అనకూడదుట. సర్లే వెళ్ళి పడుక్కో."

నాకదేంటో కాస్త అర్థం అయింది. చెప్పాల్సిన విషయం చెప్పకుండానే నందు గదిలోకి వచ్చాను. గదిలో పెద్ద పట్టెమంచం. పక్కన అద్దాల బీరువ. పడుక్కున్నానే కానీ నిద్ర వొచ్చే సూచనలేవీ లేవు. వొచ్చి వొచ్చి ఇక్కడ ఇలా ఇరుక్కుపోయానేమిటి? ఉద్యోగం వదిలి నందు ఇక్కడకి వచ్చి వుండడు. ఇంట్లో ఇంకెవరూ లేరు. ఈవిడని రక్షించే వాళ్ళెవరూ? ఆయన మనసులో వున్న చెడు తలపు తెలిసి తెలిసీ ఆవిడని హెచ్చరించకుండా తిరిగి వెళ్ళడం ఎలా?

నెమ్మదిగా కునుకు పట్టే సమయానికి ధన్ మంటూ చప్పుడు వినిపించింది.

వేగంగా బయటకి పరిగెత్తాను. ఆవిడ అటువైపు అరుగు పైన పరుపు వేసుకుని పడుక్కున్నట్లు వుంది. "నీళ్ళ జగ్గు పడేసుకున్నట్లున్నారు" అంటూ లేచి ఆయన గదిలోకి వెళ్తోంది.

అటువైపు వెళ్ళడమా వద్దా అని ఆలోచించే లోపల ఆవిడ తిరిగి బయటకి వచ్చింది.

గుమ్మంలో నిల్చున్న నన్ను చూసి "ఏం బాబు? కొత్త ప్రదేశం కదా! నిద్రరావటం లేదులా వుంది. గదిలో ఉక్కపోస్తుంటే పరుపు అలా అరుగు మీద వేసుకో" అంది.

పరుపు వేసుకుని వాలుతూ అడిగాను " మీరు నిద్ర పోయినట్లు లేదు." కాస్త మాట మాటా కలిపి చెప్పాల్సినది చెప్పడానికి ఇదే మంచి సమయం అనిపించింది.

"నాదెప్పుడూ కోడి కునుకే నాయనా! చీమ చిటుక్కుమన్నా మెలుకొవొచ్చేస్తుంది."

"చెరుపు మరుపు అన్నారు. కోపం ఎక్కువన్నారు – బాబుగారు మీతో బానే వుంటారా అండీ!"

ఆవిడ ముసిముసిగా నవ్వింది. "కోపం ప్రదర్శిస్తే బయట వాళ్ళ మీదే! తినండి పడుకోండి అంటూ నేను చెప్పాలే కానీ – నన్ను ఒక్క మాట అనరు."

ఉత్త అమాయకురాలు. అంతా మనసులో పెట్టేసుకున్నాడు ఆ ముసలాయన. లోపల ఎంత కక్ష దాచుకున్నాడో. ఈవిడని ఎలా హెచ్చరించడం?

"నిద్రపో నాయన! తెల్లవారుజామున లేపుతాను" అంటూ ఆవిడ అటు తిరిగి పడుక్కుంది.

వెళ్ళాక నందుకి చెపితే ఇంట్లో ఓ మనిషిని తోడుగా పెట్టే ఏర్పాటేదైనా చేస్తాడేమో. చెప్పినా నమ్ముతాడో లేదో! ఆలోచనల మధ్య ఎప్పుడో నిద్రపట్టింది.

★★★

నిన్న రాత్రి జరిగింది కల కాదు అని తెలుస్తూ నేను పడుకున్న అరుగుమీదే నిద్ర లేచాను. కప్పుపైని గవాక్షం గుండా నీలిఆకాశం కనిపిస్తోంది. పక్క పరుపు చుట్టి

లోపలి మంచం పైన వేసి ఆవిడని వెతుక్కుంటూ వంటిల్లు దాటి పెరట్లోకి వెళ్ళాను. చాలా విశాలమైన పెరడు. ప్రహరీ గోడకి అవతల మరో పెద్ద పెరడు కొబ్బరి చెట్లతో నిండుగావుంది.

అప్పుడే అవతలి పెరటిలో నుండి రాలిపడిన కొబ్బరికాయొకటి చేత పట్టుకుని వచ్చిందావిడ. "మొహం కడుక్కుని రా! పాలు కాచి వుంచాను. తాగి, రెండు ఇడ్లీలు తిని వెల్దువుగానీ."

స్నానం చేసి ఆవిడ పెట్టినవి తిని నా చేతి సంచి తీసుకుని బయటకు వచ్చాను. ఓ సారి చూడాలనిపించింది. నెమ్మదిగా వెళ్ళి ఆయన గదిలోకి తొంగిచూసాను. గుర్రు పెడుతున్న వాడల్లా చిన్నగా దగ్గుతూ పక్కకి తిరిగాడు. గబుక్కున వెనక్కి తిరిగాను.

"నువ్వొచ్చినట్లు తెలిసిందో లేదో ఆయనకి. నందుబాబేమో అనుకున్నారుగా! ఒక వేళ అడిగితే నేను చెపుతానులే" అంది బొండం నీళ్ళున్న గ్లాసు నా చేతిలో పెడుతూ.

భయమైతే పోయింది కానీ ఏదో తెలియని బెంగ. నిన్న రాత్రి నేను విన్నది అసత్యం కాదు. ఆయన స్పష్టంగానే అన్నాడు. ఈవిడ బానేవుంది. బహుశా ఊహించుకుంటూ వుంటాడు కాబోలు. అసలే చెరుపు మరుపు. ఏదో ఒక రోజున ఆ నల్లమందేదో సమయానికి పడకపోతే – ఎప్పుడు ఏ క్షణాల్లో ఏమి చేస్తాడో తెలియదు కదా!

"నందు అక్కడ బాగానే వున్నాడా నాయనా! నిన్నటినుండి చూస్తున్నాను. నువ్వేదో చెప్పాలని చెప్పలేకపోతున్నావు. ఏంటి సంగతి నాయనా?"

నాకు పొలమారింది. కళ్ళలో నీళ్ళు తిరిగాయి.

"ఆయన... ఆయన... బయట... నిన్న రాత్రి... నేను నందు వాళ్ళమ్మ ఎక్కడా అని అడిగితే..." అంటూ ఆయన చెప్పిన సమాధానం చెప్పేసి ఊపిరి తీసుకున్నాను.

"మీరొక్కరు ఈ ఇంట్లో ఇలా వుండటం మంచిది కాదండీ!"

ఆవిడొక్కసారిగా కొయ్యబారిపోయింది. అంతలో తేరుకుని నవ్వి "నీకూ తెలిసిపోయిందా!" అంది.

"అంటే ఆయన అలా అనడం ఇంతకు ముందు మీరు కూడా విన్నారా? మీకు ఈ విషయం..."

"నాతో ఎప్పుడూ అనలేదులే. నందూ వాళ్ళ అమ్మ గురించి మేమెవ్వరం ఆయనతో మాట్లాడం."

నేను అయోమయంగా చూస్తుండగా – "అదిగో చూడు" అంటూ గోడ కేసి చూపించింది. పాత బ్లాక్ అండ్ వైట్ ఫోటోలో ఓ ఇరవై ఏళ్ళ స్త్రీ. ఫోటోకి దండ వేసి వుంది.

"ఆమే నందూ వాళ్ళ అమ్మ. నా సవితి. నా పెళ్ళి అయి వొచ్చేనాటికి నందు ఆర్నెల్ల పిల్లవాడు. వచ్చిన మూడు నెలలకి మొదటిసారిగా విన్నాను. అప్పట్లో మా పనమ్మాయి చుట్టూ ఎవరు లేకుండా చూసి చెప్పింది. ఈయనకి కోపం ఎక్కువని, ఆ కోపంలో ఈయనే ఆవిడని... ఎంతవరకు నిజమో తెలియదు."

నేను తెల్ల మొహం వేసుకుని వినసాగాను.

"తెలిసినప్పటి నుండి ఈయన పక్కన పడుకుంటే భయంతో నిద్ర పట్టేదికాదు. ఒక రాత్రి వేళ లేచి వెళ్ళి మా అత్తగారి పక్కలో దూరి పడుకునేదాన్ని. ఆవిడో రెండు రాత్రులు చూసి, అర్థం చేసుకుని 'భయం లేదులే తల్లీ! నీ పెళ్ళికి ముందే చెప్పాను వాడికి. నిన్నో మాట అన్నా – చెయ్యెత్తినా – ఇంట్లోంచి గెంటేస్తానని' అంటూ నచ్చచెప్పారు. ఒకప్పుడంతా బానే వుండేవారు. ఈమధ్యనే కాస్త చెరుపు మరుపు. పాత విషయాలు గుర్తుంటాయి. కొత్తవి ఇట్టే మరచిపోతారు. నన్ను గుర్తు పెట్టుకున్నంతకాలం పర్లేదు. జీవితం గడచిపోవడానికి."

"అయినా ఇలాంటి కళాకళల మనిషితో కష్టం కదండీ? ఎప్పుడైనా ఏదైనా చెయ్యొచ్చు. మీకు రక్షణేది?"

ఆవిడ హాయిగా నవ్వింది. "ఇప్పుడు పోయేదేమిటి బాబు! ముందో వెనుకో అంతే. ఏం జరిగినా బెంగలేదు. నేనంటూ వుంటే ఆయన్ని చూసుకుంటాను. లేదంటే పాపం నందుబాబుకి కష్టమైపోతుంది."

★ ★ ★

"తరువాతేమైంది మావయ్యా?" అడిగింది ఆ కథలోనుండి ఇంకా బయట పడలేని కొత్తకోడలు.

"నందు చెపితేనే తెలిసింది – ఓ మూడేళ్ళ తరువాత ఆయన – ఆ తరువాత ఓ ఎనిమిదేళ్ళకి ఆవిడ వెళ్ళిపోయారని. అక్కడ జరిగిందేమీ నేను నందుకి చెప్పలేదు. వాళ్ళ ఇంటి విషయాలు నాకు తెలిసినట్లు వాడికి తెలియకపోవడమే మంచిదనిపించింది."

అముద్రితం 2023

దిల్ ధడక్ నే దో

అతడు ఇబ్బందిగా కదిలాడు. 'ఇంక ఆపు మహాతల్లీ!' అందామనుకొన్నాడు. అనలేకపోయాడు. ఆమె వైపునుండి బోర్లా తిరిగి దిండులో మొహం దాచుకున్నాడు. వెల్లకిల్లా తిరిగి పడుకొని మాట్లాడుతున్న ఆమె ఆ విషయం గ్రహించలేదు. నుదురు దిండుకేసి రుద్దుకుంటూ ఉష్... ష్! అనుకున్నాడు. ఒకోసారి ప్రవాహంలాను, మరోసారి ఆగి ఆగి సాగదీస్తూనూ ఆమె మాట్లాడుతూనే వుంది. కలగాపులగంగా ఆ గొంతు పలికే భావాలు నెమ్మది నెమ్మదిగా చెవిని చేరడం మాని అతడు నిద్రలోకి జారుకున్నాడు.

మర్నాడు ఉదయం ఎవరూ లేపలేదతడిని. లేచేటప్పటికి గడియారం పదకొండు చూపిస్తోంది. రేయికి పగలు – పగలుకి రేయి అని తప్ప ఏ రోజు ఏ వారమో తెలియటంలేదు. ఉదయం ఆమె లేపకపోవడం, వంటింట్లోనుండి వస్తున్న కమ్మటి మసాలా వాసనలని బట్టి, ఆ రోజు ఆదివారం అని తేల్చుకున్నాడు. అప్పటివరకు వాదులాడుకుంటున్న అన్నాచెల్లెళ్ళు తండ్రిని చూడగానే ఒకరు పుస్తకంలో మరొకరు ఐపాడ్‌లో తలదూర్చారు. అతడి కోరచూపుకి వాళ్ళ ఓరచూపులు జవాబిచ్చాయి.

బాల్కనీలో తమ కోసం అమర్చిన ధాన్యాన్ని పక్షులు వంతులవారీగా వచ్చి తినిపోతున్నాయి. స్టవ్ తాలూకు ఓ బర్నర్ పైన కూర కుతకుతా వుడుకుతోంది.

మరో బర్నర్ పైన కుక్కర్ విజిల్ వేస్తోంది. వాషింగ్ మెషీన్‌లో బట్టలు గిరగిరా తిరుగుతున్నాయి. ఆరిపోయిన బట్టలు మడతబెట్టబడుతున్నాయి.

కాఫీ ఇస్తూనే మొదలుపెట్టింది ఆమె – టీ పొడి అయిపోయిందని, గ్రైండర్ పాడై వారం రోజులయిందని, దాంతో చెయ్యి విరిగినట్లు వుందని. అతడు కనిపించని మరుక్షణం తనకి మాట్లాడే అవకాశం పోతుందేమో అన్నట్లు ఆమె ఆగకుండా చెపుతూనే వుంది. అవ్వని పనులు, చెయ్యాల్సిన పనులు ఏకరువుపెడుతున్న ఆమె కళ్ళలోకి చూడాలంటేనే అతడికి బెరుకు. మాట్లాడుతున్నప్పుడు బేలగా అలసటగా ఆమె కళ్ళు పలికే భావాలు ఇబ్బంది పెట్టకుండా అతడామె నుదుటిపైన వాలే ముంగురులకేసి, ఊగే చెవి జూకాలకేసి చూస్తూ వింటాడు. నిజంగా అన్నీ వింటాడని కాదు. అలా అని అశ్రద్ధ కాదు. మరంతే!

ఇంతకుముందు ఆమె ఇలా వుండేదికాదు. ఈ రెండు మూడు నెలల నుండే! మనసులో ఆందోళనో, తీరిక చిక్కనివ్వని పనులో, మరింకేమిటో?! అప్పటికీ సహాయానికి దిగాడు. అదే మూకుడు. అదే నూనె. కానీ ఆ ఆలూ వేపుడు ఓసారి కుదిరినట్లు మరింకోసారి కుదరదు. ఎందుకో అర్థంకాదు. పోనీ గిన్నెలు కడిగిపెడదామంటే జిడ్డు వదలలేదంటుంది. తానూ ఆఫీస్ పనితో పాటు మరెన్నో పనులు చక్కబెట్టుకుని వస్తోంది కదా! అతడిని కనీసం పిల్లల హోమ్‌వర్కులైనా చూడమంటుంది. ఆ విషయంలో అతడికి పిల్లలకి మధ్య గొప్ప గొప్ప యుద్ధాలే జరిగిపోతాయి. దాంతో తలనొప్పి అంటూ తప్పించుకుంటాడు.

పిల్లలు పూరీలు కావాలని డిమాండ్ చేశారు. వాటికి చెనామసాలా జతకావల్సిందే. అతగాడు ఆదివారాన్ని బిరియానితో ముడిపెడతాడు. తోడుగా రైతా, ఆలూ కుర్మా, పన్నెండు కొట్టేటప్పటికి టేబుల్ పైన రెడీ అయ్యాయి. పిల్లలిద్దరూ 'హే!' అంటూ వచ్చి వాళ్ళమ్మ నడుము చుట్టేసి 'థాంక్యూ అమ్మా! లవ్ యూ అమ్మా!' అంటూ తమ ఆనందాన్ని ప్రకటించారు. అతడు బిరియాని బావుందని చెపుదామని విరమించుకున్నాడు. ఒక మాటకి నాలుగు మాటలు వినాల్సివస్తుందని భయం.

కనీసం పిల్లలకైనా పనులు అలవాటు చేద్దామని నిన్న పిల్లాడిని ఆరిన బట్టలు మడతపెట్టమన్నాడు. కస్సూబుస్సూమంటూ పావుగంట పని గంటసేపు

చేశాడు వాడు. పిల్లదాన్ని సింకులో వున్న నాలుగు పింగాణి ప్లేట్లు కడగమంటే, ఎవరో కొట్టినట్లే వెక్కివెక్కి ఏడుస్తూ కడిగింది. వాళ్ళమ్మే 'చిన్నవాళ్ళకి ఇంత పెద్ద పనులేమిటీ' అంటూ జాలిగా దగ్గరకు తీసుకుంది.

★ ★ ★

లంచ్ అయ్యాకా కాస్సేపు హాల్లో పచార్లు చేసి – చేస్తూ – గోడకి వున్న అద్దంలో చూసుకున్నాడు. కళ్ళు మూసుకుంటే తల చుట్టూ జిల్లేడు తీగలు అల్లుకుపోయి, బ్రహ్మజెముడు పొదలు పెరిగిపోయి, శరీరంకన్నా తల నాలుగు రెట్లు బరువుందనిపిస్తోంది. తనకు తానే జుట్టు కట్ చేసుకుందామనుకుని విరమించుకున్నాడు. ప్రయోగాలు విఫలమై అప్పటికే వాళ్ళ వీధిలో మూడు పెద్ద గుండ్లూ నాలుగు చిన్న గుండ్లూ వెలిశాయి.

ఒకటికి రెండుసార్లు తల విదిల్చి, కళ్ళు మూసుకుని, తెరచి, మళ్ళీ మూసుకుని మళ్ళీ తెరచి అద్దంలో చూసుకుంటే, అస్తవ్యస్తంగా పెరిగిన తెలుపు నలుపుల కేశమిశ్రమం వెక్కిరించింది. అప్రయత్నంగా పెదవులు ముందుకి సాగి ప్చ్! అంటూ శబ్దం బయటకి వచ్చింది. వెనుక కిసుక్కుమంటూ నవ్వు వినిపించింది. తిరిగి చూస్తే చెల్లి సైలెంటుగా అన్నకేసి వేలు చూపించింది. వాడు నేను కాదన్నట్లుగా తల అడ్డంగా వూపాడు. అసలు అదే సమయానికి ఆమె కిచెన్లోకి వెళ్ళింది. ఆమెగాని నవ్విందా?

ఆ ఇంట్లో తనకే ఎలాంటి విలువా లేదనిపించిందతడికి. జుట్టు చిందరవందరగా పెరిగిపోయి, చిటపటలాడే మొహం వేసుకుని నిత్యం నలిగిపోయిన లాల్చీపైజామాలలో వున్నా పట్టించుకునేవాళ్ళు లేరనుకుంటే ఉక్రోషం వచ్చింది. వాళ్ళిద్దరూ వాదనలోకి దిగితే అదేం విచిత్రమో పిల్లలిద్దరూ ఆమె పక్షమే అవుతారు. ఎంత అన్యాయం?!

పిల్లలు కూడా విసిగిపోయివున్నారు. బయటకి వెళ్ళడానికే లేదాయే! వర్క్ ఫ్రమ్ హోమ్ అంటూ అతడు తప్పించుకుంటున్నాడు. కానీ ఆమెకి తప్పదు. వెనుకపడి విసిగిస్తారు. చీటికిమాటికి చిరుతిండ్లు కావాలంటారు. అసలు తినాల్సినవి తినరు. దానితో ఆమె సణుగుడు మరింత పెరుగుతుంది.

ఇక సాయంత్రంవరకూ సమయం గడవడం మరీ కష్టం. ఇంటికి తనవంతు సహాయంగా కిటికీలు దులిపాడు. అల్మారాలు సర్దాడు. మరో మూడు గంటలు గడిచి, కాసేపు పేపర్ చదివి, మరికాసేపు టి.వి. చూస్తుంటే వినవచ్చిన వార్త, ఆ రోజు ఉదయంనుండే అత్యవసరమైన షాపులన్నీ తెరిచారని. ఎందుకైనా మంచిదని ఓ సారి ఫోనుచేసి తేల్చుకుని, బట్టలు మార్చుకుని, చెవుల మీదుగా చుట్టి మాస్క్ కట్టుకుని ఉత్సాహంగా బయలుదేరాడు. గదిలోకి తొంగిచూస్తే ఆమె మంచి నిద్రలోవుంది. బయటకి రాగానే అతడికి ఓ! అంటూ గట్టిగా అరవలనిపించింది.

★ ★ ★

సెలూన్ నుండి బయటపడ్డాడు. కటింగుతోపాటు మసాజ్ కూడా అయిందేమో తలంతా తేలికై – వీస్తున్న గాలికి, సాయంత్రపు నీరెండకి – కళ్ళు మూతలుపడిపోతూ గొప్ప సౌఖ్యంగా వుంది. సెలూనులో విన్నపాట 'యే షామ్ ఢల్ తో లే జరా యే దిల్ సంభల్ తో లే జరా!' అంటూ మనసుని ఉల్లాసపరుస్తూ అతడి వెంటే వచ్చింది.

ఇంటి దగ్గర పార్కులో వీధిలోని పదిమంది పిల్లల్ని దూరం దూరంగా కూర్చోపెట్టి కళ్యాణి టీచర్ సంగీతం నేర్పిస్తోంది. ఆ తరువాతి ఆర్ట్ క్లాస్ కోసం ఆమె భర్త ఇంటి నుండి బోర్డ్ మోసుకొస్తున్నాడు. పిల్లలిద్దరితో పాటు మిగిలిన పిల్లలు, టీచరు, ఆమె భర్త ఆగి చూస్తున్న అతడిని చేతులూపుతూ పలకరించారు.

ఇంట్లో ఆమె సాయంత్రం వంటకి రెడీ అవుతోంది. అతడు తలస్నానం చేసి, బట్టలు వేసుకుని అదే పాట కూనిరాగం తీస్తూ వచ్చేటప్పటికి ఆమె తిరిగి తన మాటలు ఆయుధాలుగా చేసుకుని ఎదురుపడింది. ఒకప్పుడు అతడు క్రాఫ్ చేయించుకుని వచ్చిన రోజున ఆమె అల్లరిగా నవ్వేది. నిక్కబొడుచుకుని కనిపించే చెవులు చూసి ఆట పట్టించేది. ఇప్పుడో? అలసిపోయిన మొహం, నిస్సహాయంగా చూసే ఆ కళ్ళు. అతడి మనసు కరిగిపోయింది. మాటలతో అనునయించలేడు... పనులకా అందిరాడు... మరింక చేతల్లోనయినా తెలియజెయ్యకపోతే ఇంకెందుకు? గుండె పలికే ఊసులని ఆమె గుండెకి చేరవెయ్యలేకపోతే మరింకెందుకు?

నడుం చుట్టూ ఒడిసిపట్టి దగ్గరికి లాక్కుని 'ఉష్! ఊరుకో!' అన్నాడు. ఇంకా ఏదో చెప్పబోతున్న ఆమెని ఈసారి పెదవులతో వారించాడు. అదాటున లాగడంతో పడిపోకుండా ఆధారం కోసం అతడి మెడ చుట్టూ బిగుసుకున్నాయి ఆమె చేతులు. గాఢంగా హత్తుకున్న వాళ్ళ మధ్య నుండి నెట్టివెయ్యబడ్డ గాలి ఎవరు ఎవరిని కౌగిలించుకున్నారో తెలియక తికమక పడి ఇద్దరి చుట్టూ కలయతిరిగింది.

కాలం ఆగిపోలేదు. వాళ్ళమానాన వాళ్ళని వదిలేసి, నాతో నీకేంటి పోటీ అంటూ లాక్‌డౌన్ అంతు తేల్చడానికి వేగంగా కదిలిపోసాగింది.

ఈమాట అంతర్జాల మాసపత్రిక – జూలై 2020

ఇంటికి రా!

అప్పటి వరకూ సన్నటి తుంపరగా పడుతున్న వర్షం కొద్దిగా ఎక్కువైంది. సౌమ్య ఆఫీసు నుండి వచ్చేవేళ. వీధి వసారాలో పచార్లు చేస్తూ కూతురి కోసం ఎదురు చూస్తున్నాడతడు. భార్య మూడు వీధుల అవతల లాయర్ గారింట్లో శ్రావణ మంగళవారం పేరంటానికి వెళ్ళింది. అనుకున్నట్లుగా కూతురికి ఈ సంవత్సరం పెళ్ళిచేసి ఉంటే తమ ఇంట్లోనే ఈ రోజున బోలెడు సందడిగా ఉండేది. పట్టుచీర కట్టుకుని, కాళ్ళకి పసుపు రాసుకుని నోము నోచుకుంటున్న కూతురు కళ్ళముందు కదలాడింది.

వానకి గాలి తోడై జల్లు వసారాలోకి విసిరికొట్టసాగింది. చేస్తున్న పచార్లు ఆపి ఇంటి గేటు వైపు ఆ తరువాత వీధి చివరి వరకు మరోసారి చూసాడు. 'వర్షం ఎక్కువవుతోంది, సౌమ్య తొందరగా వస్తే బావుండును' అనుకున్నాడు.

ఇంతలో ఫోన్ మ్రోగింది. లోపలికి నడిచి ఫోన్ అందుకున్నాడు. అవతల నుండి భార్య – ఫోను లోనుండి వస్తున్న గరగర చప్పుళ్ళ మధ్య వర్షం తగ్గాక వస్తానని చెప్పింది. అప్పటికి నాలుగు రోజులనుండి ఫోన్ సరిగ్గా పనిచెయ్యటంలేదు. రేపు మరచిపోకుండా కంప్లైంట్ ఇవ్వాలి అనుకుంటూ మళ్ళీ వీధి వసారాలోకి వచ్చాడు.

ఇంజనీరింగ్ చదివాక కొడుకు అమెరికాకి ఎం.ఎస్. చదువుకని వెళ్ళకుండా ఉంటే ఈ పాటికి సౌమ్యకి పెళ్ళిచేసేసి ఉండేవాడు. ఇంట్లో అందరూ ఒక్కటిగా

నచ్చచెప్పటంతో ఉన్నకొద్దిపాటి సేవింగ్స్ ఇచ్చి కొడుకుని అమెరికా పంపించాడు. డిగ్రీ పాస్ అయిన సౌమ్య ఈలోగా బ్యాంక్ ఉద్యోగంలో చేరింది. కొడుకు చదువు పూర్తిచేసుకుని ఉద్యోగంలో చేరగానే కూతురికి పెళ్ళి చెయ్యాలని అతడి ఆలోచన.

వీధి చివరి వరకూ మరోసారి చూసి – ఈ వర్షం ఇప్పుడే రావాలా అనుకుంటే – ఎక్కడాలేని చిరాకు వేసింది. మనసు ఏ మాత్రం కలతపడ్డా తేరుకోవటానికి అతడు తనదయిన ఊహా ప్రపంచంలోకి వెళ్ళిపోతాడు.

మావిడాకు తోరణాలు కట్టిన పందిరి – పెళ్ళి బట్టల్లో కూతురు, అల్లుడు పెద్దవాళ్ళకి నమస్కారాలు పెట్టి ఆశీర్వచనాలు తీసుకుంటూ – పూల బుట్టలా ఉన్న కారులోకి ఎక్కుతున్న సౌమ్య, వెనుకగా బరువెక్కిన గుండెతో మరింత బరువుగా ఉన్న సూటుకేసు మోస్తూ తను – ఈలోగా "మీరు ఉండండి మావయ్యగారు" అంటూ కొత్త అల్లుడు అవలీలగా తన చేతిలోని సూటుకేసు అందుకుని కారులో పెట్టేస్తూ...

అలా ఊహించుకుంటూ ఉంటే మనసు తేలిక పడింది. కొడుక్కి ఉద్యోగం వచ్చినా లేక పోయినా మళ్ళీ వచ్చే శ్రావణమాసంకల్లా కూతురి పెళ్ళి చేసెయ్యాలి అనుకున్నాడు.

తిరిగి ఫోన్ మ్రోగసాగింది. వీధి చివరి వరకు మరోసారి చూసి ఇంట్లోకి వచ్చాడు.

ఫోన్ అందుకుని "హలో" అన్నాడు.

ఫోన్ కనెక్షన్ అసలే బాగోలేదు. పైగా వర్షం.

గరగరమంటూ ప్లాస్టిక్ పేపర్ని నలిపితే వచ్చేలాంటి చప్పుళ్ళ మధ్య "హలో" అని వినిపించింది. ఈసారి మరింత గట్టిగా "హలో! ఎవరూ" అంటూ అడిగాడు.

అతని గొంతు వినగానే అవతల ఆ అమ్మాయి "నాన్న... నాన్నా!" అంటూ గట్టిగా ఏడవసాగింది. ఒక్కక్షణం బిత్తరపోయి "ఏంటమ్మా... ఏంటీ... ..." అంటూ కంగారుగా అరిచాడు.

ఆ అమ్మాయి ఏడుపు మరింత ఉధృతం అయింది.

'ఎందుకింతలా ఏడుస్తోంది? ఏమై ఉంటుంది? యాక్సిడెంట్ కాని అవలేదు

కదా..." అతని గుండె ఒక్కసారి ఆగి కొట్టుకోవడం మొదలు పెట్టింది. ఒళ్ళంతా చెమటలు పట్టేసాయి.

"ఏడుపు ఆపి అసలేమైందో చెప్పు" అంటూ ఉంటే గొంతు బొంగురు పోయింది.

అలాగే వెక్కి వెక్కి ఏడుస్తూ "నాన్న... నన్ను క్షమించు నాన్న..." అంటూ ఈసారి మరింత బోరుమంది.

అతడికి అంతా అయోమయంగా అనిపించింది. క్షమించమంటోంది ఎందుకు? అసలేం మాట్లాడుతోంది?

"నీకెలా చెప్పాలో అర్థం కావటంలేదు నాన్న... ఐయాం రియల్లీ సారీ నాన్న... అతడు... అతడూ..." అంటూ ఏడుపు ఆపి ఏదో చెప్పడానికి ప్రయత్నం చేస్తోంది.

మధ్యలో ఈ అతడు... ఎవరు? అనుకుంటే... మొన్న తల్లీ, కూతుర్లు ఘర్షణ పడడం గుర్తుకు వచ్చింది. తల్లి ఏవో పెళ్ళి సంబంధాల లిస్టు చదువుతుంటే సౌమ్య కోపంగా "నా మొగుడ్ని నేనే చూసుకుంటాను" అనడం గుర్తుకు వచ్చింది. ఎవడినయినా చేసుకుని వెళ్ళిపోలేదు కదా... ఒక్కసారిగా రక్తప్రసరణ పెరిగి, అతడికి కాళ్ళనుండి తలవరకూ వేడి సెగ పాకినట్లైంది.

"అసలేం అంటున్నావు నువ్వు?.. నాకేమీ అర్థంకావటం లేదు..." అంటూవుంటే గొంతు కీచుగా అయిపోయి ఫోన్ చేస్తున్న శబ్దాల మధ్య కలిసి పోయింది.

దుఃఖం ఆపుకుంటూ ఆమె తిరిగి అంది – "అతడు... అతడు... మోసగాడు నాన్న! నన్ను వదిలి వెళ్ళిపోయాడు."

వింటున్న అతడికి ఈసారి పూర్తిగా మతిపోయింది.

"ఏమిటా పిచ్చివాగుడు? మతిపోయిందా నీకు? అసలేం మాట్లాడుతున్నావ్ నువ్వు?.." అంటూ గట్టిగా అరుస్తుండగా ఒక్కసారిగా ప్రక్కనున్న కిటికీ రెక్క రపీమని తెరుచుకుని రయ్యిమని వానజల్లు లోపలికి కొట్టింది.

అనుకోని ఆ విసురుకి అతడు తూలాడు. జారిపోబోయిన ఫోనుని గట్టిగా చెవికి నొక్కిపట్టాడు. వణుకుతున్న మరో చేతిని స్వాధీనంలోకి తెచ్చుకుని గాలికి

కొట్టుకుంటున్న కిటికీ తలుపు వేస్తుండగా కనిపించింది... గేటు తీసుకుని వస్తూ సౌమ్య.

అతడొకసారి అయోమయంగా ఫోన్ కేసి, ఇంట్లోకి వస్తున్న కూతురికేసి తేరిపార చూసాడు.

ఏడుపు ఉధృతం కాస్త తగ్గినట్లయి అవతల ఆ అమ్మాయి అంటోంది – "నన్ను ఇంటికి రమ్మని చెప్పు నాన్న!.. నేను వచ్చేస్తాను."

అతడికి ఓ క్షణం పాటు ఏం మాట్లాడాలో తెలియలేదు.

"ఒక్కసారి నీ నోటితో నువ్వు రమ్మని పిలువు నాన్న... ప్లీజ్ నాన్న... నాకు ఇంటికి వచ్చెయ్యాలని ఉంది నాన్న..."

ఒకసారి గొంతు సవరించుకుని గట్టిగా ఆమెకి వినిపించేలా చెప్పాడు – "రా అమ్మా!.. ఇంటికి వచ్చేయ్ తల్లీ!" ఒక్క క్షణం ఆగి మరోసారి అవే మాటలు తిరిగి అన్నాడు.

."'.. రేపు పొద్దున్న బస్సుకే బయలుదేరుతాను నాన్న."

ఫోన్ డిస్కనెక్ట్ అయింది. మూడు నిమిషాల ఫోను కాల్‌తో మూడు లోకాలు చుట్టినట్లయి ప్రక్కనున్న కుర్చీలో కూర్చుండిపోయాడు.

వసారాలో ఉన్న టవల్ తీసుకుని తల తుడుచుకుంటూ ఇంట్లోకి వచ్చింది సౌమ్య.

నవ్వుతూ తండ్రికేసి చూసి "లేటయితే నువ్వు కంగారు పడతావని... తడుస్తూ వొచ్చేసాను. ఇంతోటి వానకి మొక్క మొలచిపోతానా ఏమిటి?" అంది.

అతడేమీ మాట్లాడలేదు.

లోపలికి వెళ్ళబోయి ఆగి అడిగింది "ఎవరు నాన్నా ఫోను?"

"ఎవరోనమ్మా!.. " అంటూ ఆగిపోయాడు.

అంతకు మించి చెప్పాలనిపించలేదతనికి.

కౌముది అంతర్జాల పత్రిక – 'నీ ఆనతి' అన్న పేరుతో ఏప్రిల్ 2011

సాక్షి

ప్రతి నెల రెండో శనివారం సాయంత్రం బ్లూమూన్ బార్‌లో కలుసుకోవడం మా నలుగురి అలవాటు. మత్తు శరీరాన్ని మాయ చేసి, మనసు పైకి తొంగి చూసినప్పుడు ఎవరో ఒకరం "గుర్తుందిరా! చిన్నప్పుడు మన ఊర్లో... " అంటూ మొదలు పెట్టి హఠాత్తుగా ఆగిపోయేవాళ్ళం. ఎక్కలేని అడ్డేదో ఎదురయితే వెనక్కి గింజుకునే గుర్రంలా బెదిరి పోయేవాళ్ళం.

అలా ఏనాడు తలుచుకున్నా మా నలుగురి మాటలు ఊరి పొలిమేరలని దాటి ముందుకు వెళ్ళడానికి సంశయించేవి. కారణం విశ్వం. అలాంటిది ఈ సాయంత్రం వాడి ఊసే మోసుకుంటూ వచ్చాడు మా ఊరి రత్నం.

గ్లాసులు పైకెత్తి చీర్స్ చెప్పుకుంటుండగా వచ్చి "ఈ రోజు మధ్యాహ్నం విశ్వం పోయాడుట. తెలుసా మీకు" అన్నాడు. మేము నలుగురం ఉలిక్కిపడి రత్నంకేసి చూసాం. "కొడుకు ఇతర బంధువులు వచ్చేవరకూ ఆగి రేపు ఉదయం దహనసంస్కారాలు చేస్తారుట" అని చెప్పి వెళ్లిపోయాడు.

అప్పటికే చిన్నాగాడి మొహం పాలిపోయింది. కళ్ళలో నీళ్ళు పొంగుకొచ్చాయి. "ప్లీజ్! వెళ్దాంరా! ఇప్పటికైనా వెళ్లకపోతే..." అంటూ ఆగిపోయాడు. వేళ్ళతో కణతలు రుద్దుకుంటూ నాథ్ నాకేసి అయోమయంగా చూసాడు. ఒణుకుతో

చేతులు పట్టుతప్పుతున్నట్లై నేను తాగుతున్న గ్లాస్ టేబుల్ మీద పెట్టేసాను. బాబ్జీ మా ముగ్గురిని ఓ క్షణం దీక్షగా చూసి "టికెట్ల సంగతి నేను చూసుకుని మెసేజ్ పెడతాను. మీరంతా స్టేషన్‌కి వచ్చేయ్యండి" అంటూ లేచాడు.

★★★

సిటీ పొలిమేరాలు దాటి ట్రైన్ చీకటిలోకి దూసుకుపోసాగింది. మా జ్ఞాపకాల తేనెతుట్టె కదిలింది. ఆఖరిసారి విశ్వాన్ని చూడడం మా వూరి రైల్వేస్టేషన్‌లోనే. మరునాటి క్యాంపస్ ఇంటర్వ్యూలకోసం మా ప్రయాణం. విశ్వం కోసం కంగారుగా ఎదురుచూస్తున్నాము. మరో ఐదు నిమిషాల్లో ట్రైన్ కదులుతుందనగా వచ్చి తను రావటంలేదన్నాడు. గడ్డం పెరిగి , కళ్ళు గుంతలు పడి ఎన్నో రోజులనుండి తిండి నిద్రా లేనివాడిలావున్నాడు.

"కోచింగ్ తీసుకున్నావు. ఎంట్రన్స్ రాసావు. ఇప్పుడు రానంటున్నావు! అసలేం చేద్దామని?" చెయ్యి పట్టుకుని కోపంగా అడుగుతున్న బాబ్జీని విడిపించుకుంటూ చెప్పాడు. "మీకు తెలియందేముందిరా! చెప్పకుండా వెళ్లిపోయిందికదరా సాహితి. తను తప్పకుండా కాంటాక్ట్ చేసి తీరుతుంది. అందుకేరా! ఈ ఊరి నుండి కదిలేది లేదు. ఇక్కడే ఏదో ఓ డిగ్రీలో చేరుతాను."

"నీకు నిజంగానే మతి పోయింది. ఓ రెండేళ్ల పరిచయం కోసం భవిష్యత్తు పాడుచేసుకుంటావురా!" అంటూ ఎవరికి వాళ్ళం నచ్చచెప్పాలనిచూసాం. నాథ్ వాడి రెండు చేతులు పట్టుకుని బ్రతిమలాడాడు. నేను, చిన్న ఆ తరువాతి ట్రైన్‌లోనయినా రమ్మనమని మరీ మరీ చెప్పాం. అంతలో మేము వెళ్లాల్సిన ట్రైన్ వచ్చేసింది. ఇంకా ఆగి వాడిని ఓదార్చి ఒప్పించే సమయం లేదు మాకు. చెయ్యెత్తి వీడుకోలు చెపుతున్నవాడిని కదులుతున్న ట్రైన్‌లోనుండి అసహనంగా చూస్తుండి పోయాం.

ఇప్పుడిలా ఆలోచిస్తూవుంటే ఆ సంఘటన కళ్ళముందుకు వచ్చి – వాడు బ్రతికుండగానే వెళ్ళాల్సింది కదా అన్న దిగులు మరింత పెరిగింది. "మనం ఎవరిని చూద్దామని వెళ్తున్నాం. ఎవరిని చూడబోతున్నాం" బయట చీకటిలోకి చూస్తూ బాబ్జీ అన్న మాట మా ముగ్గురిని ఉలిక్కిపడేలా చేసింది. ముందు వెనుక ఆలోచించకుండా బయలుదేరామా అనిపించింది నాకు. మనసు సంధించే

ప్రశ్నలకి ఎదుటివారి మాటల్లో సమాధానాలు వెతుక్కోటానికి విఫలప్రయత్నం చేసి – అలసి – నిద్రలోకి జారుకున్నాం.

★★★

ఊరికి చేరేటప్పటికి తెల్లవారు జాము అయిదైంది. హోటల్లో దిగి, గబగబా స్నానపానాదులు కానిచ్చి ఊర్లోకి నడిచాం. వాడి కొడుకు వచ్చి వుంటే ఈపాటికి కార్యక్రమం మొదలు పెట్టి వుంటారు. ఆఖరి చూపు దక్కించుకోవాలన్న ఆందోళనలో వడివడిగా అడుగులేసాం. తడిసి చిక్కనైన మట్టి, దారి పక్కల కుంటల్లో నిలిచిన నీళ్ళు – వర్షం ఈ ఊరికి మాకన్న ముందుగా వచ్చిన అతిథిలా వుంది. ఇప్పుడూ సన్న తుంపరగా పడుతూనేవుంది. రామాలయం కుడి పక్క వీధిలోనే విశ్వం ఇల్లు. పూర్వం ఊరి నాలుగు వైపుల నుండి ఆలయ ధ్వజస్తంభం కనిపించేది. ఇప్పుడిక షాపులు, అపార్ట్మెంట్లూ, కొత్త కొత్త భవనాలు ఆక్రమించేసుకుని ఊరు రూపు మారింది. ఒకరిద్దరిని అడుగుతూ నడిచాం. పాతికేళ్ళ తరువాత ఇలా ఈ వూరిలో నడుస్తున్న మమ్మల్ని ఎవరో గుర్తు పట్టి పలకరిస్తారని నమ్మకం ఏమిలేదు మాకు.

తీరా అనుకున్న చోటికి వచ్చినా అటూ ఇటూ అపార్ట్మెంట్లు వచ్చి, ఈ వీధి కూడా కొత్తగా వుంది. అప్పుడే సైకిల్ పైన వెళ్తున్నపేపర్ కుర్రాడు ఆగి "ఎవరింటికి?" అంటూ అడిగాడు. మేము వివరాలు చెపుతుండగానే "పెద్ద విశ్వనాథంగారేనా? నిన్న పోయారు? అదిగో అదే" అంటూ వీధి మధ్యలో వున్న ఇల్లు చూపించాడు. విశ్వం ఇల్లు కుడి వైపు వరుసలో ఆఖరిది. ఈ కుర్రాడు మధ్యలో వున్న ఇల్లేదో చూపిస్తున్నాడు. బహుశా ఈ ఇల్లు కూడా కొన్నాడా? అని అనుకుంటుండగానే వెనక నుండి "ఎవరది? ఎవరు కావాలి?" అంటూ వినబడి నలుగురం ఒకేసారి వెనక్కి తిరిగాం. ఎదురుగా విశ్వం.

విన్న వార్తకి, ఎదురుగుండా కనిపిస్తున్న సత్యానికి పొంతన కుదరక – ఎలా స్పందించాలో తెలియక – అచేతనంగా నిలబడిపోయాం. మమ్మల్ని గుర్తుపట్టడానికి ఓ రెండు క్షణాలు పట్టినట్లుంది. పట్టగానే "అరెరెరే! ఇదేమిటిలా, మీ నలుగురూ... ఇక్కడ. నా కోసమేనా అడుగుతున్నారు" అంటూ సంబరపడిపోయాడు. పేరు పేరునా పలకరిస్తూ ఆప్యాయంగా

కౌగలించుకున్నాడు. "ఏంట్రా ఇది? ఆనందబాష్పాలా!?" అంటూ తడి ఊరుతున్న చిన్నాగాడి కళ్ళు తుడిచాడు.

మాటల్లో తెలిసింది. పోయిన వ్యక్తి విశ్వంకి పెద్దనాన్న కొడుకని, అతడి పేరూ విశ్వమేనని. ఐదేళ్ల క్రితం ఆర్మీనుండి రిటైర్ అయి వచ్చి ఇక్కడ సెటిల్ అయ్యాడుట. విశ్వం ఇప్పుడు అక్కడికే వెళ్తున్నానని చెప్పాడు. అప్పుడే మమ్మల్ని వాళ్ళింటికి తీసుకు వెళ్ళలేక పోయినందుకు చాలా నొచ్చుకున్నాడు. రాత్రి డిన్నర్‌కి రమ్మని మరీ మరీ పిలిచాడు. ఆరింటికల్లా ఎదురు చూస్తుంటానని చెప్పి ఫోన్ నంబర్ ఇచ్చి మరీ వెళ్ళాడు.

ఇక లేదనుకున్న వ్యక్తి ఇలా ఎదురొచ్చాడు. నిన్నటినుండి మా మనస్సులో అణచి పెట్టి వున్న అవ్యక్త దుఃఖాన్ని తన స్పర్శతో ఆవిరయ్యేలా చేసాడు. వెళ్తున్న వాడిని కనిపించేవరకూ చూస్తుండిపోయాం. తొలగిపోయిన మా సందేహాలని, భయాలని గుర్తించినట్లు అప్పుడే వాన వెలిసి మబ్బుల్లోంచి సూర్యుడు బయటపడ్డాడు. చిరు ఎండ తేలి, గాలి తిరిగి ఒక్కసారిగా మారిన వాతావరణంతో పాటు మేము తేరుకున్నాం.

"మన కాలేజ్ మీదుగా తిరిగి వెళ్దామా?" నాథ్ మాటకి సరేనంటూ మేము ముందుకు నడిచాం.

★★★

ఆదివారం ఉదయం కలిసొచ్చి చుట్టూ ప్రశాంతంగా వుంది. ఇళ్ళు, భవనాలు ఆక్రమించుకోకుండా మా కాలేజ్ కి వెళ్ళే దారి ఇదివరకులానే వుంది. కాలేజ్ మాత్రం కుడి ఎడమలకు విస్తరించింది. ఎడమ వైపునుడి వెనుకకి విస్తరించి వుండే ప్లేగ్రవుండ్ ఇప్పుడు కనిపించడం లేదు.

కుడివైపు అర్ధ చంద్రాకారంలో ముందుకు వచ్చిన ఆ గోడ వెనుకాల పెద్ద హాలులో అరుంధతి మేడమ్ ఇంగ్లీష్ క్లాస్ తీసుకునేది. నిన్నటి నుండి విశ్వం తాలూకు జ్ఞాపకాలలో మునిగి వున్న మాకు ఆవిడ చెప్పే పాఠాలు గుర్తురావడం యాదృచ్ఛికమేమి కాదు. కవుల పట్ల కవితల పట్ల ఆమెకున్న గొప్ప ఆరాధన వలన – ప్రోస్ కన్నా పోయిట్రీ క్లాస్ ఎక్కువ ఇంట్రెస్టింగ్‌గా నడిచేది. ఆ రోజున మిల్టన్

కవితలోని ప్రముఖ కొటేషన్స్ కి మేడమ్ వినిపించే వర్ణన దృశ్యమై కళ్ళముందు నిలుస్తుంటే క్లాసంతా నిశ్శబ్దంగా కూర్చుని వింటున్నాం.

"So hand in hand they passed, the loveliest pair that ever since in love's embraces met – Adam, the goodliest man of men since born his sons; the fairest of her daughters Eve."

ఆ కోట్ చదివి ఇక వర్ణించాల్సిసిన పని లేదన్నట్లు ఆగి ఆమె ముందు వరసలో పక్కపక్కన కూర్చుని వున్న విశ్వం, సాహితీలని చూస్తూ చిన్నగా నవ్వింది.

మేమంతకు ముందు రోజే విశ్వాన్ని హెచ్చరించాం. కాలేజ్ లో అందరూ నవ్వుతున్నారని, ప్రేమ, దోమా అని చదువు పాడు చేసుకోవద్దని వాడికి నచ్చచెప్పాం. వాడు నవ్వి ఊరుకున్నాడు. ఆ తరువాతి రోజే వాడిని సాహితి ఆమె కజిన్ నందూలతో కలిసి సినిమా థియేటర్ దగ్గర చూసాం. ఊహ తెలిసినప్పటినుండి ఒకటిగా మసలిన మా ఐదుగురిని అలా నలుగురిని చేసింది సాహితి.

★★★

ఆ సాయంత్రం మా కోసమే ఎదురు చూస్తున్నట్లున్నాడు. గేటు తీస్తుండగానే నవ్వుతూ ఎదురొచ్చాడు. అదే డాబా ఇల్లు. "ఇదిగో చూడు ఎవరొచ్చారో" అన్న వాడి పిలుపుకి లోపలి నుండి బయటకి వచ్చింది సాహితి. వాడు పేరు పేరునా మమ్మల్ని తిరిగి పరిచయం చేసాడు. గుర్తుపట్టిందో లేదో తెలియదు "చాలా ఏళ్ళయింది చూసి" అంది ఇబ్బందిగా నవ్వుతూ.

"రండి! మీకు మా అఖిల్ ఫోటోలు చూపిస్తాను. బెంగుళూరులో ఇంజనీరింగ్ చదువుతున్నాడు" అంటూ లోపలికి నడిచాడు విశ్వం. కొత్తగా గోడలకి వేసిన రంగులు తప్ప ఇంట్లో పెద్ద మార్పులేమీ లేవు. హాలులో నుండి వేసిన మేడ మెట్లని ఆనుకుని వున్న గోడలకి వరుసగా కొన్ని ఫోటోలు అమర్చి వున్నాయి.

"మీది రిజిస్టర్ మ్యారేజ్‌లా వుందే?" మొదటి ఫోటోని చూడాగానే అడగకుండా వుండలేకపోయాడు నాథ్. "అవును. సాహితికి వాళ్ళ వాళ్ళు ఒప్పుకుంటారన్న నమ్మకం లేదు అప్పుడు. అందుకే మొదట రిజిస్టర్ మ్యారేజ్ చేసుకున్నాం. ఆ

తరువాత పెద్దల అంగీకారంతో పీటల మీద పెళ్ళి జరిగిందనుకో” అంటూ నవ్వాడు వాడు.

ఫోటోలో సంతకం చేస్తున్న సాహితి పక్కన వున్న ఆమె చిన్నాన్న కొడుకు నందూని గుర్తు పట్టాం. ఆ పక్కనే పెళ్లి దుస్తుల్లో విశ్వం, సాహితీలు, ఇరువైపులా వాళ్ళ తల్లితండ్రులతో వున్న ఫోటోలు వున్నాయి. విశ్వం కొడుకు ఫోటోలు తల్లితండ్రులతో కలిసి కొన్ని, విడివిడిగా కొన్ని వున్నాయి. చిన్నతనంలో విశ్వంని చూసినట్లే వుంది ఆ ఫోటోల్లో అఖిల్ ని చూస్తుంటే మాకు. ఆ విషయమే చెప్పాం వాడికి.

విశ్వం మా నలుగురిని కూర్చోమని చెప్తుండగానే కరెంట్ పోయింది. ఆ చిరు చీకట్లోనే చిన్ననాటి విషయాలు, స్నేహితులు, ఎవరెవరు ఎక్కడెక్కడ వున్నారో – అలా మా మధ్య ఎడతెరిపిలేని కబుర్లు పొగుపోసుకున్నాయి. ఎప్పుడో తెగిపోయిన బంధం అలా మాటల మంత్రంతో తిరిగి ముడిపడిపోయింది.

ఇంట్లో నుండి కమ్మని వంటల వాసనలు తేలి తేలి వస్తున్నాయి. ఆ వాసనలని ఘాడంగా పీలుస్తూ “తెగ ఆకలి వేస్తోందిరా” అంటూ చిన్నాగాడు చనువుగా అంటూవుండగానే “ఇవాల్టికి క్యాండిల్ లైట్ డిన్నర్ ఓకేనా మీకు?” అడిగింది సాహితి గుమ్మంలోనుండి తొంగి చూస్తూ. “అంతకన్నా భాగ్యమా?! మీరు వచ్చిన వేళావిశేషం బావుందోయ్! రండి” అంటూ లోపలికి దారితీసాడు విశ్వం.

ఆమె తరువాత తింటాను అనడంతో డైనింగ్ టేబుల్‌కి ఒక వైపు మేము నలుగురం – మాకు అభిముఖంగా విశ్వం కూర్చున్నాడు. మరో రెండు వైపులా నాలుగు నాలుగు చొప్పున కొవ్వొత్తులు వెలుగుతున్నాయి. ఆ వెలుగులో గోడల పైన అమర్చిన పెయింటింగ్స్, వాళ్ళ ఫ్యామిలీ ఫోటోలూ కనిపించి కనిపించకుండా వున్నాయి. మా వెనుకగా వున్న కిటికీ నుండి వుండుండి చల్లగాలి లోపలికి వచ్చి శరీరాలని పలకరించి వెళ్తోంది. గాలి వీచినప్పుడల్లా దీపాలు రెపరెపలాడుతున్నాయి. ఆమె సమక్షం కొద్దిసేపు మొహమాటపెట్టినా తిరిగి మా మాటలు పుంజుకున్నాయి.

ఎప్పుడు ఏం తిన్నారో అని వాడు, మరి కొంచం వేసుకోండి అని ఆమె కొసరి కొసరి వడ్డించారు. వున్నట్లుండి విశ్వం గొంతులో ఏదో అడ్డుపడ్డట్లు ఓ రెండు

క్షణాలపాటు దగ్గాడు. వెంటనే సాహితి నీళ్ళగ్లాసుని అందించి వాడి తల పైన నెమ్మదిగా తడుతూ "నిన్నెవరో బాగా తలుచుకుంటున్నట్లున్నారు" అంది.

వాడు పెద్దగా నవ్వి "ఇంకెవరు? వీళ్ళే అయివుంటారు. నిన్నటి నుండి తలుచుకుంటూ వుండి వుంటారు. ఏరా? మీరేనా? " అంటూ అడిగాడు.

ఉలికిపాటుగా చూసి చిన్నగా తల ఊపాము. నిన్న విన్న ఆ వార్త మమ్మల్ని ఎంత కలవరపెట్టిందో, ఎంత కృంగతీసిందో తిరిగి గుర్తుకి వచ్చింది. అయినా నిన్నటికి ఈ వేళకి ఎంత తేడా! ఇలా... ఈ రాత్రి... ఈ సమయానా... ఎదురుగా... అపురూపంగా ఈ జంట. కలలోని దృశ్యమో... క్యాన్వాస్ పైన రంగుల చిత్రమో... అన్నట్లు కళ్ళ ముందు నిలిచి – అసలూహించామా మేము? "మ్యాంగో లస్సీ చేసి ఫ్రిజ్జులో పెట్టాను, తీసుకొస్తాను" అంది ఆమె అక్కడి నుండి కదలబోతూ. వెళ్తున్న ఆమె చేతిని పట్టి ఆపి "నాదయిపోయింది. నువ్వు వీళ్ళకేం కావాలో చూస్తుండు. నేను తెస్తాను" అంటూ విశ్వం లేచి లోపలికి వెళ్ళాడు.

ఒక్కసారిగా క్షణం తాలూకు నిడివి పెరిగినట్లనిపించింది. కిటికీ అవతల పుంజుకున్న గాలి చెట్ల కొమ్మలని ఊపుతున్న శబ్ధం లోపలికి తెలుస్తోంది. కొద్ది నిమిషాలపాటు కొనసాగిన నిశ్శబ్దాన్ని తుంచుతూ ఆమె అడిగింది "మీలో ఎవరో బొమ్మలు బాగా వేస్తారనుకుంటాను?" నెమ్మదిగా... స్పష్టంగా... గురిచూసి తాకింది ప్రశ్న.

అయ్యో! ఇప్పుడెలా? వెలతెలబోతున్న ఈ మొహాలని దీపాల రెపరెపల నీడల్లో దాచగలం కానీ – శరీరం లోలోపల నుండి తన్నుకొస్తున్న ఈ ప్రకంపనల తాలుకు వణుకుని ఆపడం ఎలా?

సమాధానం ఆశించకుండా తిరిగి ఆమె అడిగింది "మా కజిన్ తెలుసుకదా మీకు? అదే మా బాబాయి కొడుకు నందు. వాడు చెప్పినట్లు గుర్తు. పగలు రాత్రి కాలేజ్ ప్లేగ్రవుండులోనే వుండేవాడు. గుర్తున్నాడా మీకు?"

విశ్వం లోపలి నుండి పళ్ళెంలో లస్సీ గ్లాసులతో వస్తూ "ఎవరూ? నందూనా? ఇప్పటికీ అదే ఇంట్రెస్ట్ వాడికి. అందుకే స్పోర్ట్స్ టీచర్ అయ్యాడు" అంటూ నవ్వాడు. ఆమె కూడా నవ్వింది.

అయితే ఆ రోజు రాత్రి ప్లేగ్రవుండ్‌లో వున్నది నందు ఏనా? ఆ మర్నాడు ఉదయం వార్త కాలేజ్ నాలుగు వైపులకి పాకి కుతూహలం పట్టలేని జనమంతా ఆ ప్రహరీ గోడ దగ్గరికి చేరినప్పుడు. భయాందోళనలని గుండెల్లో అదిమి పెట్టి మేము నలుగురం కూడా అందరితో కలిసి చూస్తున్నప్పుడు. ఎవరు వెళ్ళి చెప్పారో కానీ చెదిరిన తలతో, నలిగిన దుస్తులతో, నిద్ర నుండి లేచిన వాడు లేచినట్లే పరిగెత్తుకొచ్చాడు. అదే వేగంతో కాలేజీలోకి పరిగెత్తుకు వెళ్ళి బకెట్లతో నీళ్ళు తెచ్చి చల్లి గోడల పైన వున్న ఆ జుగుప్సాకరమైన బొమ్మలని, ఆ అసభ్యకరమైన రాతలని చేతులతో రుద్ది రుద్ది తుడిచాడు.

వేసుకున్న చొక్కా చటుక్కున విప్పి – నీళ్ళలో ముంచి – దాంతో రుద్దుతూ మరీ కడిగాడు. తుడుస్తూ, తప్పనిసరి అయి చూస్తూ – తుడుస్తూ, అవమానంతో ఎర్రబడ్డ మొహం దాచుకుంటూ – తుడుస్తూ, పొంగుకొస్తున్న కన్నీటిని మోచేతి ఒంపులో ఒత్తుకుంటూ – ఆ పదహారేళ్ళ కుర్రవాడు... గుర్తులేకేమి? అతడి చర్యతో తేరుకున్న మరికొంత మంది స్టూడెంట్స్ పరిగెత్తుకెళ్ళి నీళ్ళు తీసుకొచ్చి నందూకితోడొచ్చారు.

లస్సీ రుచి తెలియలేదు. వణికే చేతులతో గబగబా తాగి లేచాం. గుమ్మం దగ్గర మాలో ఒక్కొక్కరిని చేతులతో చుట్టి గుండెలకి హత్తుకుని ఆప్యాయంగా వీడుకోలు చెప్పాడు విశ్వం. “వీలు చూసుకుని అప్పుడప్పుడూ వస్తూ వుండండిరా ప్లీజ్!” అన్నాడు. ఆమె లోపలి నుండే “తప్పకుండా రావాలి” అంది.

అప్పటికే ఆకాశానంతా ఆవరించుకున్న కారుమబ్బులు ఆ రాత్రిని మరింత నల్లబరిచాయి. చిక్కనైన ఆ చీకట్లో ఈదురుగాలిని జత చేసుకుని సన్నగా వర్షం ప్రారంభం అయింది. వున్నపలానా మాయమైపోవాలన్న తీవ్రతతో మనసు చిక్కబట్టుకుని మేము వేగంగా అక్కడినుండి కదిలాం.

వాకిలి అంతర్జాల మాసపత్రిక - జూలై 2017

ద డే బిఫోర్

న్యూ పోర్ట్, న్యూ జెర్సీ – అక్టోబర్ 28, 2012. ఆదివారం ఉదయం 7గం.

హడ్సన్ నదికి ఈ వైపున నిల్చుని ఏ కోణంలో చూసినా న్యూయార్క్ నగరం – ద సిటీ ఆఫ్ డ్రీమ్స్ – చేతికి అందేంత దూరంలో వున్న భ్రమ కలుగుతుంది. నివాసం ఇటు జెర్సీ సిటీలోనైనా, పబ్లిక్ లైబ్రరీలో ఉద్యోగరీత్యా నా రోజువారీ జీవితం గడిచేది ఆ నగరం లోనే!

వాటర్‌ఫ్రంట్ వాక్ – తీరం వెంట నివసించే వారి అదృష్టం! మెడనున్న స్కార్ఫ్ తీసి తల పైనుండి చుట్టుకొని నది అంచునే నడవసాగాను. సన్నగా చలిగాలి, స్తంభాలకి కట్టిన జండాల రెపరెపలు, జాగింగ్ చేస్తున్న వాళ్ళు, నింపాదిగా కూర్చుని నీటి అలలని చూస్తున్న వాళ్ళు – అందులో కొన్ని తెలిసిన మొహాలు – మార్పు లేని మరో ఉదయపు సందడి.

భుజాన ఒక రంగుల చిలుకతో రోజూ వచ్చే ఫిలిప్పీన్ పెద్దాయన నీటికేసి తదేకంగా చూస్తూ నిలబడి వున్నాడు. నీలిరంగు రెక్కలు, పసుపురంగు పొట్ట, కళ్ళచుట్టూ నల్లగీతలు, నల్లముక్కుతో అందరూ ఆగి మరీ చూసే చిలుక. ఈ రోజెందుకో మాటి మాటికి రెక్కలు విప్పార్చుకుంటూ వింత వింత శబ్దాలు చేస్తోంది. తుఫాను రాబోతున్న సూచన దానికి ముందే అందింది కాబోలు!

రెండు రోజుల క్రితం వరకూ ప్రమాదకరం కాదనుకున్న హరికేన్ శాండీ ఉధృతమై దిశ మార్చుకుని న్యూ జెర్సీ తీరాన్ని తాకనుంది. అలా తాకిన క్షణం నుండి చుట్టూ ఇక ఇలా ఉండదనుకుంటే నమ్మశక్యంగా లేదు. ఈదురుగాలులతో కూడిన వర్షం హెచ్చరికగా ముందే వస్తే రేపు ఈ సమయానికి కనీసం బయటకైనా రాగలమో లేదో?!

పది అడుగుల దూరంలో యూ – టర్న్ తీసుకుని వచ్చి ఆగిన ట్యాక్సీలో సూట్‌కేసులు ఎక్కిస్తూ నా వయసున్న ఒక స్త్రీ, మరో యువతి. "న్యూ యార్కులో బస్ సమయానికి ఎక్కితే మూడింటికల్లా బెతెస్డా చేరుకోవచ్చు." ఆమె గొంతులో చిన్న ఆదుర్దా! "దగ్గరుండి శాండీకి వెల్కమ్ చెప్పకుండా ఇంటికి తీసుకుపోతున్నావేంటమ్మా!" ట్యాక్సీ కదిలాక కూడా ఆ అమ్మాయి నవ్వు అక్కడే గాలిలో కాసేపు తచ్చాడింది. రాకపోకల సౌకర్యాలు నిలిపివెయ్యక ముందే నగరం నుండి బయటపడాలన్న తొందర వాళ్ళది. ఇక ఇక్కడ సబ్‌వే రాకపోకలు నిలిచిపోతే ఈ ఒడ్డు నుండి ఆ ఒడ్డుకి చేరడమే గగనం అయిపోవచ్చు!

వెనుక నుండి జాగింగ్ చేస్తూ వచ్చి కలిసింది క్రిస్టీన్. మోకాళ్ళ మీద చేతులతో ఒంగి ఆయాసం తీర్చుకుంటూ అడిగింది. "లుక్స్ లైక్ ఉయ్ హావ్ టు ఫేస్ సివియర్ ఆఫ్టర్ ఎఫెక్ట్స్. ప్రెసిడెంట్ ఒబామా ఎమర్జెన్సీ ప్లాన్ సైన్ చేశారట. ఆర్ యూ ప్రిపేర్డ్?"

"ఏముంది ప్రిపేర్ అవడానికి? జస్ట్ మిల్క్ అండ్ గ్రాసరీస్ ఎక్స్‌ట్రా తెచ్చిపెట్టుకున్నాను." ఇద్దరం కలిసి ముందుకి నడవసాగాం.

"అంతేగా! మదర్ నేచర్ ముందు అందరం తలవంచాల్సిందే! నేషనల్ ట్రూప్స్ వస్తున్నారు. స్టేట్ గార్డ్స్ ఆర్ గోయింగ్ టు వర్క్ విత్ నేషనల్ గార్డ్స్ యూ నో! అన్నట్లు గోల్డీకి ఇది ఫస్ట్ టైమ్ రియల్ ఫీల్డ్ వర్క్ కదా! సో యూ టేక్ కేర్ ఆఫ్ దట్ బాయ్ అండ్ హి టేక్స్ కేర్ ఆఫ్ అజ్!" అంటూ నవ్వింది.

క్రిస్టీన్ మాట వాస్తవాన్ని పచ్చిగా గుర్తు చేసింది. రాబోతున్న హరికేన్ గోల్డీకి పరీక్ష పెట్టబోతోంది. ఆర్మీలో చేరుతానన్న వాడిని ఎలాగో ఒప్పించి కాలేజ్‌లో చేరేలా చేశాం. కానీ ఇంట్లో చెప్పకుండా సమ్మర్ సెలవుల్లో స్టేట్ గార్డుగా ట్రైనింగ్ తీసుకున్నాడు. 'ముందే చెపితే ఒప్పుకోమనేగా!' అన్నాడు త్యాగి

నిరాశగా. తండ్రి ఆశించేది ఒకటైతే కొడుకు కోరుకునేది మరొకటి. ఎక్కడో ఏదో తెగిపోయింది. వాళ్ళ ఇష్టాలని వ్యతిరేకించే కొద్దీ యువతరం మనుండి దూరం అయిపోతుందేమో!

"త్యాగి ఇండియా నుండి ఎప్పుడు వస్తున్నాడు? హోప్ హి ఈజ్ నాట్ ఫ్లయింగ్ అరౌండ్ దిస్ టైమ్."

తేరుకుని "లేదింకా, ఇంకో నెల అక్కడే వుంటాడేమో!" అన్నాను.

బై చెప్పి తిరిగి పరుగందుకుని తను నన్ను దాటిపోయింది. కొలీగ్ అండ్ నైబరే కాదు, క్రిస్టీన్ మంచి స్నేహితురాలు కూడా. తనో ఓపెన్ బుక్. అరమరికలు లేకుండా తన కష్టసుఖాలు చెప్తుకుంటుంది. మరి నేనో? పైపైని ఫ్యామిలీ విషయాలు తప్ప ఇంట్లో సంఘర్షణలు ఎప్పుడూ ఎవరికీ చెప్పుకోలేను. వ్యక్తిగత స్వేచ్ఛకి ప్రాధాన్యత ఇచ్చే అమెరికన్ కుటుంబాలు మనలాగా పీర్ ప్రెషర్, కంపారిసన్స్ లాంటి వాటికి లొంగి బ్రతకరేమో!

రోడ్డు క్రాస్ చేసి ఇంటికేసి నడుస్తుండగా త్యాగి నుండి ఫోన్.

"ఎలావుంది అక్కడ?"

"రేపు సాయంత్రానికి అట్లాంటిక్ సిటీ వద్ద హరికేన్ తీరాన్ని తాకుతుందట. న్యూ యార్క్, జెర్సీ మేయర్లు స్టేట్ ఆఫ్ ఎమర్జెన్సీ డిక్లేర్ చేశారు. సముద్ర తీరాలలో వున్న జనాలని ఇళ్ళు ఖాళీ చేయించి సురక్షిత ప్రదేశాలకి, రెస్క్యూ షెల్టర్సుకి పంపిస్తున్నారు."

"సిటీలో మన దగ్గర అంత ఇంపాక్ట్ వుండకపోవచ్చు."

సుమారు నూటతొంభై ఏళ్ళ తరువాత అంతకు మించి ఎన్నో రెట్ల శక్తితో వస్తోంది శాండీ! సముద్రం పైనుండి తీవ్రంగా వచ్చి తాకే హరికేన్ వేగానికి, హడ్సన్ నది అల్లకల్లోలమై – నగర వీధులు, రాకపోకలని సుగమం చేసే టనల్స్, సబ్‌వేలు జలమయమై పోయి, కరెంటు పోయి రెండు నగరాలూ ఊహకి అందనంత భారీనష్టం ఎదుర్కోవలసి రావచ్చని వాతావరణ నిపుణుల అంచనాలు చెపుతున్నాయి. కానీ ఈ విషయాలు దూరాన వున్న త్యాగికి చెప్పి అనవసరపు ఆందోళన కలిగించడం ఎందుకు?

ఓ నిమిషం తరువాత అన్నాడు. "నీ కొడుకు మాత్రం ఇక రోడ్ల మీదే వుంటాడు కాబోలు. చెప్పు వాడికి ప్రాణాలు పణంగా పెట్టే ఘనకార్యాలేమీ చెయ్యక్కరలేదని!"

"వదినా వాళ్ళు ఎలా వున్నారు?" మాట మార్చి అడ్డుకోవడం తప్ప నేను చేయగలిగింది ఏమీ లేదు.

"అక్కా బావా నేను కలిసి గాంధీనగర్ అక్షరధామ్ వెళ్తున్నాం. బంధువులెవరెవరిని కలవాలన్నది ఇంకా ప్లాన్ చేస్తున్నాను."

త్యాగి ఇండియాకి వెళ్ళి నెల రోజులు. ఓ రకంగా అలిగి వెళ్ళాడు. తిరిగి ఎప్పుడొస్తాడో కూడా చెప్పలేదు. గుజరాత్ లోని బంధువర్గం అందరినీ చూడాలి అన్నాడు. న్యూ జెర్సీలో అన్నగారి గ్రాసరీ షాపులో పాతికేళ్ళు పనిచేసినా – తనూ ఓ ఓనర్ హోదానే అనుభవించాడు. రోజుకి పదిహేను పదహారు గంటలు పనిచేసి అలసిన శరీరం, దెబ్బతిన్న కంటి చూపు – కొత్తగా షాపు కొన్నవాళ్ళు మ్యానేజ్ చెయ్యమని ఆఫర్ ఇచ్చినా ఇక అందులో పనిచేసే ఉద్దేశ్యం లేదతడికి. తన వంతుగా వచ్చిన లాభంలో ఇంటి పైనున్న అప్పు తీర్చేసి, మిగిలింది సేవింగ్సులో వేసి వెళ్ళాడు.

అయినా అన్నయ్య షాప్ అమ్మినందుకు కాదు త్యాగి అలక. కొడుకుని దానిని నడపడానికి ఒప్పించలేకపోయామని. షాప్ మేనేజ్‌మెంట్ తీసుకుని, నెలకి వచ్చే లాభంలో ఇంత అని ఇచ్చేస్తే షాప్ అమ్మననే ప్రపోజల్‌తో పెద్దనాన్న వచ్చినప్పుడు గోల్డీ నిరాకరించాడు. అది కాదనుకుంటే జీవితంలో అంతకు మించి బాగుపడే అవకాశం రాదని చెప్పి త్యాగికి కోపం. ఇద్దరికీ నచ్చచెప్పి ఒక తాటిపైకి తేవడం నాకు సాధ్యం కాదని ఎప్పుడో తేలిపోయింది.

ఎదురుగా ఓ చిన్న పార్క్ లాంటి ఆవరణలో హాలోవీన్ పెరేడ్. వచ్చే ఉపద్రవం కారణంగా ముందే సెలబ్రేట్ చేస్తున్నట్లున్నారు! రంగురంగుల దుస్తులు, విచిత్ర వేషాలలో చిన్నారులు. నవ్వులూ కేరింతలూ – ఒత్తిడి కనిపించని అందమైన లోకం. తాత్కాలికంగా ఆలోచనలకి ఆనకట్ట పడింది.

★★★

మేమున్న ఈ మూడు గదుల అపార్ట్‌మెంట్‌లో తూరుపు వైపున్న కిటికీల

నుండి హడ్సన్ నది, న్యూ యార్క్ నగరం కొంతభాగం కనిపిస్తూనే వుంటాయి. తలుపులు వేసి వున్న నిశ్శబ్దంలో కూడా ఆ అలల సడి వినపడుతున్నట్లే వుంటుంది.

యూనిఫార్మ్, బ్యాడ్జ్ తీసుకుని డిఫెన్స్ ప్లానింగ్ అంటూ గోల్డీ ఉదయమే వెళ్ళిపోయాడు. తన సర్టిఫికెట్స్ వుండే ఫైల్ టేబుల్ పైన తెరచివుంది. కొత్తగా వచ్చిన స్టేట్ గార్డ్ ట్రైనింగ్ సర్టిఫికెట్స్ మరోసారి చేతిలోకి తీసుకున్నాను. మెడికల్ టెక్నీషియన్, నర్స్, ఫైర్‌ఫైటర్ లాంటి డిఫెన్స్‌కి కావలసిన స్కిల్స్ అన్నీ ఆ ట్రైనింగులో భాగం. ఈ డ్యూటీలో వున్నప్పుడు వీటి అవసరంతో నీకు ఎవరో ఒకరు ఎదురుపడుతూనే వుంటారు. అప్పుడు వాళ్ళ జీవితాలు నీ మీద ఆధారపడి వుంటాయి – వాటికి జతపరచిన స్లోగన్.

సమ్మర్ ఇంటర్న్‌షిప్ అంటూ రెండు నెలల పాటు వెళ్ళి ఈ సర్టిఫికెట్స్ తీసుకువచ్చి తండ్రి చేతిలో పెట్టి అప్పుడు చెప్పాడు. తండ్రి కోపాన్ని తిట్లనీ మౌనంగా భరించాడు. ఆ రోజు త్యాగికి వచ్చిన కోపం తాలూకు వేడి ఇంటిని ఇంకా అంటిపెట్టుకునే వుంది.

'ధనంజయ్ కొడుకు కూడా ఇంజనీరింగులో చేరాడుట.' 'అన్నయ్య కాబోయే కోడలు కూడా డాక్టరే!' గోల్డీ వినేలా త్యాగి చెప్పే మాటలు. కొడుకుని ఒప్పించలేక, వాదించలేక దానికి రెట్టింపు గోడు ఇద్దరమే వున్నప్పుడు నా దగ్గర జరిగేది.

తండ్రీకొడుకుల మధ్య ఘర్షణ భరించలేక ఎక్కడికైనా పారిపోవాలనిపించేది. ఆమాటే అంటే బావగారి కూతురు పదిహేనేళ్ళ సాన్వి విచిత్రంగా చూసింది. "గోల్డీ కదా చిన్నమ్మా! మీ నుంచి పారిపోవల్సింది. ఉయ్ ఆర్ నాట్ డ్రగ్ ఎడిక్ట్స్ ఆర్ బ్యాడ్ కిడ్స్. మేము తీసుకునే ప్రతి నిర్ణయంపైనా మీ ఆంక్షలెందుకు?"

సాన్వి అన్న సంజూ గోల్డీ కన్నా ఐదేళ్లు పెద్ద. వాడి టోన్ నచ్చచెపుతున్నట్లు వుంటుంది. "గోల్డీ మా అందరిలా కాదు చిన్నమ్మా! మనవాళ్ళల్లో అలాంటి నిర్ణయం తీసుకున్న వాళ్ళు చాలా అరుదు. నువ్వయినా వాడిని సపోర్ట్ చెయ్యకపోతే ఎలా! లెట్ హిమ్ డూ వాటెవర్ హి వాంట్స్ టు డూ!"

అంటే, గోల్డీ నిర్ణయం పట్ల త్యాగి తన అయిష్టతని స్పష్టంగా వ్యక్తపరుస్తుంటే నేను మౌనం ముసుగులో దాక్కోగలిగానని అనుకుంటానే కానీ – వీళ్ళందరికి తెలుసు నా మౌనంలో సగమైనా అంగీకారం లేదని!

అదే ఫైలులో సర్టిఫికెట్స్ క్రింద అతి జాగ్రత్తగా గోల్డీ దాచుకున్న ఆర్టికల్. మరో మారు చదవడానికి ప్లాస్టిక్ కవర్ నుండి పైకి తీస్తుంటే అప్రయత్నంగా వేళ్ళు వణికాయి.

బూకన్‌వాల్డ్ కాన్సన్‌ట్రేషన్ క్యాంప్ – ఏప్రిల్ 11, 1945.

అమెరికన్ సైనికులని ఆ రోజే నేను మొదటిసారి కలవడం. మేమున్న భూలోక నరకం లాంటి ఆ ప్రదేశాన్ని అపనమ్మకంగా చూస్తూ, అయోమయంగా వాళ్ళు కలయతిరిగారు. మాతో ఏం మాట్లాడాలో ఎలా ప్రతిస్పందించాలో తెలియని అయోమయంలో కొట్టుమిట్టాడారు. జీవితం పైన ఆశలన్నీ వదులుకున్న మేము, ఆ క్షణాన ఆ మృత్యుగృహంలోనుంచి బయట పడబోతున్నామని తెలిసి కూడా, వాళ్ళని దగ్గరకి తీసుకునే మాట అటుంచి కనీసం పలకరించే ఓపిక కూడా లేక చూస్తుండిపోయాము. సరైన తిండి లేక అనారోగ్యాలతో బక్కచిక్కి కళ్ళల్లో ప్రాణాలు నిలుపుకుని ఉన్న మమ్మల్ని చూసి దారి తప్పిన చిన్నపిల్లల లాగా ఆ అమెరికన్ సైనికులు హోరుహోరున వెక్కివెక్కి ఏడ్చారు. అత్యున్నత మానవత్వచర్యకి నిదర్శనంగా వారి హృదయం లోనుండి పెల్లుబుకుతున్న ఆ కన్నీళ్ళని మేము కానుకగా స్వీకరించాము.

హోలోకాస్ట్ సర్వైవర్, బోస్టన్ యూనివర్సిటీ ప్రొఫెసర్, నోబుల్ ప్రైజ్ గ్రహీత అయిన ఎలీ విజేల్ (Elie Wiesel). జులై 4, 2004న – అంటే ఇండిపెండెన్స్ రోజున – పరేడ్ పత్రికకి వ్రాసిన వ్యాసంలో భాగం అది. 'ద అమెరికా ఐ లవ్' అనే శీర్షికతో, తనకి విముక్తి దొరికిన ఆ రోజున తీయబడిన ఫోటోలతో సహా ప్రచురించబడింది.

ఇరాక్ వార్ సమయంలో ప్రపంచం అమెరికాని తప్పుపడుతున్న రోజుల్లో, ఈ దేశపు మానవత్వపు కోణాన్ని తిరిగి గుర్తు చేయాలని ఎలీ విజేల్ ఆ ఆర్టికల్ వ్రాశాడు. ఎక్కడో రొమేనియాలో పుట్టాడు. జర్మనీ కాన్సన్‌ట్రేషన్ క్యాంపులో చావు అంచుల వరకూ వెళ్ళి వచ్చాడు. ఈ రోజున, ఈ దేశపు పౌరుడిగా, కృతజ్ఞతకి ప్రతినిధిగా పలుచోట్ల ప్రసంగాలు చేసి మరీ మరీ గుర్తు చేస్తున్నాడు.

ఇప్పుడు ఈ 2012లో తిరిగి చూస్తుంటే అర్థం అవుతోంది – తన పదమూడేళ్ళ వయసులో గోల్డీ ఈ ఆర్టికల్ జాగ్రత్తగా భద్రపరచుకున్నాడని. ఫైలులో అలాంటివే

మరెన్నో ఆర్టికల్స్. అప్పట్లో చూసి స్కూల్ ప్రాజెక్ట్ కోసం అనుకున్నానే కానీ వాడి ఆశయాలకి అదే పునాది అని తెలియదు.

★★★

సూర్యాస్తమయవేళ. నది ఒడ్డుకి నేను చేరిన సమయానికి – ఎర్రబారుతున్న నింగి అత్యంత దురదృష్టకరమయిన ఆ రోజుని తిరిగి గుర్తు చేస్తోంది. అమెరికన్ చరిత్రలో నైన్ – ఎలెవెన్ అంటూ ముద్ర పడిపోయిన రోజు! మింటికెగిసిన మంటల మధ్య ట్విన్ టవర్స్! పొగలు గమ్మిన ఆకాశం! బూడిద పూసిన నది! తప్పించుకునేందుకు మరో మార్గం లేక రెక్కలు విరిగిన పక్షుల్లా నేలకి రాలి మృతులైన జనం! పదకొండేళ్ళ నాటి గతం. గాయం న్యూ యార్క్ నగరానిది – వ్యధ పూర్తి దేశానిది! ఏదైతేనేమి బ్యాక్ టూ బిజినెస్ అంటూ నగరం వరల్డ్ ట్రేడ్ సెంటర్ని పునర్నిర్మించుకొంటోంది.

రేపటి నుండి ఈ ప్రదేశం, ఈ రెండు నగరాలు తిరిగి సెంటర్ ఆఫ్ న్యూస్ కాబోలు! ఇంట్లో ఉన్నంతసేపు సుడులు తిరుగుతూ వస్తున్న ఆ ఒంటికన్ను రాక్షస చిత్రాన్ని పదే పదే టి.వి.లో చూస్తూ స్థలకాలాల స్పృహ కోల్పోయి సముద్రంలో చిక్కుకున్న ఫీలింగ్! వచ్చేంత వరకూ వార్త, వచ్చి వెళ్ళాక వార్త, మధ్యలో ఎదుర్కొనేదే యుద్ధం లాంటి వాస్తవం.

నగరపు ఎత్తయిన భవనాలను దాటి వచ్చి చతుర్దశి చంద్రుడు వెలుగుతున్నాడు. విచిత్రం కాకపోతే తూఫాన్ తీరాన్ని తాకే సమయానికి పౌర్ణమి కలిసి రావాలా? రేపటి పౌర్ణమి ప్రభావం ఉప్పెన ధాటికి ఎగిసిపడే ప్రమాదకరమైన అలలను మరో ఇరవై శాతం తీవ్రతరం చేస్తుందని నాసా వారి ప్రిడిక్షన్.

ఏవి వేటికి ఉత్ప్రేరకాలో? ఎవరు ఎవరిని ఎందుకు ఇన్‌స్పయిర్ చేస్తారో?!

ఒక్కొక్క గంటే గడిచి రాత్రి చిక్కనవుతోంది. ఇప్పుడిప్పుడే ఇంటికి వెళ్ళాలని లేదు. ఎవరి ధ్యాసలో వారుగా నాతో పాటూ ఈ ఒడ్డున మరి కొందరున్నారు. మేమందరం వెన్నెల భ్రాంతిలో తడుస్తూ – ఆహ్వానం లేని అతిథికై ఎదురుచూస్తున్నాం.

గోల్డీ నుండి మెసేజ్ – ఇంటికి గెస్ట్స్ వచ్చారు, రమ్మని. ఈ సమయంలో ఇలాంటి రోజున ఎవరు వచ్చివుంటారు?

★★★

గోల్డీ వయసు వాళ్ళే ఓ అమెరికన్, ఓ స్పానిష్, కిటికీ దగ్గర నిల్చుని వున్నారు. అరవైలు దాటిన ఆఫ్రికన్ అమెరికన్ దంపతులు సోఫాలో ఇబ్బందిగా కూర్చుని వున్నారు. అందరి మొహాల్లో మొహమాటం, అలసట, అలజడి.

గోల్డీ కళ్ళు నా అంగీకారం కోసం కలవరంగా చూస్తున్నాయి. భరోసాగా వాడి చేతిని తాకి అందరిని పరిచయాలు చేసుకున్నాను.

నగరంలో స్పెషలిస్టుకి చూపించుకోడానికి మిసెస్ లోగన్ భర్తతో డెలవేర్ నుండి వచ్చారుట. తిరిగి వెళ్ళాల్సిన బస్ క్యాన్సిల్ అయి కంగారుపడుతూ బస్ స్టాపులో కనిపించారు గోల్డీకి. కనెక్టికట్ వెళ్లాల్సిన ట్రైన్ నిలిచి పోవడంతో బ్రాండన్, మైకస్ ఇద్దరూ సిటీలో వుండిపోవాల్సి వచ్చింది.

వాళ్ళని రిలాక్స్ అవమని చెప్పి డిన్నర్ రెడీ చేశాను. గోల్డీ వాళ్ళకి కావలసిన పక్కబట్టలు తీసి వుంచాడు. ఒకరి విషయాలు మరొకరం తెలుసుకుంటూ కలిసి భోజనం చేశాం. రేపటి రోజున ఏదైనా షెల్టర్ చూసి అక్కడ దింపమని అడిగారు వాళ్ళు. సరైన షెల్టరో మరో మంచి సదుపాయమో దొరికే వరకూ ఇక్కడే వుండొచ్చని నేను నచ్చచెప్పాను. మొదట ఇంట్లోకి వచ్చినప్పుడు వున్న ఇబ్బంది, మొహమాటం కరిగి వాళ్ళు కుదుటపడ్డారు.

కుర్రాళ్ళు గోల్డీని హగ్ చేసుకుని, నాకు థాంక్స్ చెప్పి సోఫాల మధ్యలో వేసిన పక్కల పైకి చేరారు. మిగిలిన ఇద్దరికీ గెస్ట్‌రూమ్ చూపించాము. "రేపటినుండి నీకు ఇంకెంత పనో! వెళ్ళి నువ్వు కూడా రెస్ట్ తీసుకో" అందామె గోల్డీని అభిమానంగా చూస్తూ.

భార్య చేతిని తన చేతిలోకి తీసుకుని లేస్తూ చెప్పాడతడు. "ముందుగా నీ కొడుకుకి ధన్యవాదాలు! నీ ఆతిథ్యానికి ధన్యవాదాలు! యూ ఆర్ ఏ బ్లెస్‌డ్ సోల్ టూ హ్యావ్ ఎ సన్ లైక్ హిమ్! గాడ్ బ్లెస్ యువర్ ఫ్యామిలీ!"

★★★

కిచెన్ తుడిచి, డిష్‌వాషర్ వేసి వెళ్ళి చూసేటప్పటికి గోల్డీ మంచి నిద్రలో వున్నాడు.

కిటికీని ఆనుకుని నిల్చుని బయటకి చూస్తుండిపోయాను. వెలుగు నీడలని తోడు తీసుకుని నది కదిలిపోతోంది. దంపతుల మాటలు – గోల్డీ పట్ల వాళ్లందరి కళ్ళలో అభిమానం – ఇంకా నన్ను అంటిపెట్టుకునే వున్నాయి.

తండ్రి దగ్గర తగినంత చనువు లేక, నా మనసు చదివే ప్రయత్నంలో ఆశగా వేడుకోలుగా చూసేవి ఆ కళ్ళు! గమనించనట్లు నటించేదాన్ని. ఏళ్ళ తరబడి సమాజం అంగీకరించే మూసలో మలచబడ్డవాళ్ళం! సమాజం ఆమోదం లేకుండా అడుగు వేయడానికి తడబడేవాళ్ళం! మా ఆలోచనలు మారాలంటే మరో తరం రావాలో, మరో జన్మ కావాలో!

గోల్డీ నుదుటి పైన చెయ్యి వేసే ప్రయత్నాన్ని విరమించుకుని కాళ్ళ పైన దుప్పటి సవరించాను.

'అందరిలాంటివాడు కాడు చిన్నమ్మా! లెట్ హిమ్ డూ వాట్ హి వాంట్స్ టుడూ!'

మౌనాన్ని ఇక విడిచి పెట్టు

ఆ చేతిని మరింక వదిలి పెట్టు

ఎగరనివ్వు ఆ కలని!

ఎదగనివ్వు ఆ ఆశని!

లెట్ గో! లెట్ గో! లెట్ హిమ్ గో!

నీటి అలలలో అలజడి, చెట్ల కొమ్మల కదలిక, వేగవంతమవుతున్న గాలి! వాన తుంపరల నడుమ మసకబారిపోతున్న నగరం!

కదలి లోతట్టు తీరాలు, వందల ఏళ్ళనాటి వంతెనలు, రహదారులు – రేపటి రోజుని ఎలా తట్టుకుంటాయో?! హడ్సన్ అంచున వున్న ఈ రెండు పురాతన నగరాలను ప్రక్షాళన చేసే ప్రయత్నాన్ని రాబోయే ఉప్పెన ఎంత వరకూ నెరవేర్చుకుంటుందో?!

ఈమాట అంతర్జాల మాసపత్రిక - మార్చి 2022

ఉగాది వచ్చి వెళ్ళింది

మార్చ్ 24, 2014 – సోమవారం

ఉగాది పండక్కి పెద్దనాన్నగారొస్తున్నారని వార్తొచ్చింది. ఆ వార్తా తెలియగానే అమ్మతో సహా మేమంతా కాస్త కంగారు పడ్డాం. మేమంటే అన్నదమ్ముల పిల్లలం. పెద్దనాన్నగారి కొడుకు పెద్దన్న, కూతురు బంగారి మరింక మా అక్క రాణి మరి నేను – తాతగారి నుండి సంక్రమించిన ఒకే లోగిలిలో నాలుగు చిన్నపాటి ఇళ్ళమర్చుకుని వుంటున్నాము.

మిలట్రీలో పనిచేసిన పెద్దనాన్న మాతో వున్నన్ని రోజులు మా జీవితాలు తాడు మీద నడకలా వుండేవి. ఆయన క్రమశిక్షణ పేరుతో మమ్మల్ని బొంగరాలు చేసి ఆడించేవారు. ఉదయం నాలుగింటికి లేవడం. రాత్రి ఎనిమిదికల్లా పడుకోవడం. స్నేహితులెవ్వరు ఇంటికి రాకూడదు. పొరపాటున వచ్చిన గేటు దగ్గర నుండే వీడుకోలు పలికేవారు. పరీక్షలప్పుడు మా టీవి అటకెక్కేది. ఏడాదికి రెండు సినిమాలు మాత్రమే చూడనిచ్చేవారు. దేశమంతా ప్రశాంతంగా వున్నా మా ఇంట్లో మాత్రం నిత్య కర్ఫ్యూ అమలులో వుండేది.

అలాంటి పెద్దనాన్న ఎనిమిదేళ్ళ క్రితం పెద్దమ్మ పోయాక అరుణాచలం వెళ్ళిపోయారు. 'ఇంటికి పెద్ద దిక్కు లేకుండా పోయింది' అంటూ అమ్మ పైకి

నిట్టూర్చినా ఎవరికివాళ్ళు లోలోన సంతోషించారనే అనిపించింది. నాన్నకి ఎన్నో ఏళ్లనుండి సిగరెట్టు అలవాటు వుందని మాకు అప్పుడే తెలిసింది. భజనలో మరోటో అని చెప్పి అమ్మా, పెద్దమ్మా సినిమాలకెళ్ళడం – సొంత బిజినెస్ పనులంటూ పెద్దన్న అప్పుడప్పుడు పేకాటకి, రేసులకి వెళ్ళి ఇంటికి లేటుగా రావడాలు – అందరూ ఆ తరువాతే నవ్వుతూ సరదాగా చెప్పుకొచ్చారు. ఆ తరువాత గూట్లో ఎదురుగా కనిపిస్తున్న పెట్టెలో నుండి రోజుకి రెండూ మూడూ సిగరెట్టులు మాయమవడానికి కారణం మాత్రం నేనే.

అరుణాచలంలో స్వామీజీగా పేరుతెచ్చుకున్నాక పెద్దనాన్న మా నలుగురి పెళ్ళిళ్ళకి రాలేదు. మా నాన్న పోయినప్పుడు రాలేదు. ఇదిగో ఈ ఉగాదికి ముందుగా వస్తున్నారని వార్తా చేరింది.

మార్చ్ 27, 2014 – గురువారం

“నాన్నొచ్చే వేళవుతోంది” అంది చెల్లి బంగారి సంతోషంగా. "అవును. బంధువులొస్తున్నారని చెపుతూ పొద్దున్నుండీ కాకులు ఒకటే గోల" అన్నాను నేను. అమ్మ మా ఇద్దరికేసి కోపంగా చూసింది. "నాన్నెవరికీ? బంధువెవరికీ? ఆయనిప్పుడు లోకానికి గురువు. స్వామీజీ అనండి లేదా బాబుగారు అని పిలవండి" అంటూ మందలించింది.

పెద్దన్న హాల్లో క్రింద కూర్చుని మేమందరం ఎదురుచూడసాగాం. తెల్లని బట్టల్లో నవ్వుతూ పెద్దనాన్న అదే స్వామీజీ రాగానే లేచి నిల్చున్నాము. మొదట పెద్దన్న ఐదేళ్ల కూతురిని, రాణక్క మూడేళ్ళ కొడుకుని ఆశీర్వదించారు. తరువాత మమ్మల్ని కూర్చోమని చెప్పి ఆయన కుర్చీలో ఆసీనులయ్యారు.

“ఏమి వర్చస్సు! ఏమి వర్చస్సు! ఆయన వెనకాలంతా ఓ వెలుగులా లేదూ!" అంది రాణక్క నా చెవిలో గుసగుసగా. "అవునవును. అరుణాచలం నీళ్ళు పడ్డాయి. మంచి రంగొచ్చారు” అన్నాను నేను మరింత గుసగుసగా. మా అమ్మ ‘ఉష్!’ అంటూ కసిరింది.

ఆ రోజు ప్రసంగం అందరూ శ్రద్ధగా వింటున్నట్లే కనిపించారు. నేనూ విన్నట్లు నటించాను. ప్రసంగం ముగిసాక "రమణమ్మా! ఇదిగో ఇలా వచ్చి ఇవి తీసుకో" అని పిలిచారు స్వామీజీ. కొంగు నిండుగా కప్పుకుని కూర్చున్న మా అమ్మ

"బాబుగారూ!" అంటూ లేచి వెళ్ళి ఆయన అందించిన భగవద్గీత, రామయణ, భారత, భాగవతాలను అందుకుంది. "మనింట్లో అటక పైన వున్నాయిగా" అనబోయి నేను నోరు మూసుకున్నాను.

మా అమ్మ కూర్చుని... ఓ సారి పుస్తకాలను కళ్ళకద్దుకుని... మా అందరికేసి నవ్వుతూ చూసి "నేను ఈ రోజునుండి టీవి సీరియల్స్ చూడడం మానేస్తున్నాను" అంది. మేమందరం తెల్లబోయి చూసాము. అసలు తను టీవి సీరియల్స్ చూస్తుందన్న విషయం ఆయనకి ఇప్పుడు తెలియడం ఎందుకో నాకర్థం కాలేదు. ఒకప్పటి ఈయన క్రమశిక్షణ ఆయనతో పాటు తిరిగి ఇంట్లోకి అడుగు పెట్టిందా అనిపించింది. లేదా ఇన్ని రోజులు ఆ క్రమశిక్షణని అతిక్రమించి బ్రతుకుతున్నానన్న భావన ఏదైనా అమ్మలో వుండిపోయిందేమో!

వెంటనే ఆవిడ వెనకనుండి సన్నటి గొంతుకేసుకుని "మీతో పాటు నేను కూడా మానేస్తున్నాను చిన్నత్తయ్యా!" అంది మా వదిన. ఈసారి నేనొక్కడినే ఉలిక్కి పడ్డాను. మిగిలిన అందరూ సంతోషంగా చూసారు. ఇలాంటి ఆవేశపు నిర్ణయాలు కూడా వైరస్ లాగా ఒకరి నుండి ఒకరికి పాకుతాయేమో!

స్వామీజీ సంతోషంగా "శుభం! విన్నారుగా పిల్లలూ! ఈ రాబోయే జయ నామ సంవత్సరంలో మీ బలహీనతలని నా ముందు ఒప్పుకుని ఒదిలిపెట్టండి. ఆ తరువాత నాది పూచి. మీ మనోనిగ్రహానికి నేను కాపలా కాస్తాను" అన్నారు. ఆ తరువాత స్వామీజీతో మాలో కొందరికి విడివిడిగా మరికొన్ని సార్లు కలివిడిగా సమావేశాలు నడిచాయి.

మార్చ్ 28, 2014 – శుక్రవారం

ఈ రోజు సభలో స్వామీజీ చూపు పెద్దన్న మీద నిలిచిపోయింది. దాంతో ఉలిక్కిపడి "నాకే ఎందుకు ఇన్ని కష్టాలు గురూజీ!" అంటూ ఏడ్చినంత పనిచేసాడు పెద్దన్న. అందుకు స్వామీజీ నవ్వి "పిచ్చివాడ! అంతటి ఆ కృష్ణ భగవానుడు తోడుంటేనే పాండవులంతటి వాళ్ళకి కష్టాలు తప్పలేదు. మరి నువ్వెంత? మంచి చెడూ తెలుసుకుని సమయపాలన నేర్చుకుంటే అన్నీ అవే చక్కదిద్దుకుంటాయి" అన్నారు. ఆ తరువాత పెద్దన్నకి విడిగా తీసుకున్న క్లాసులో స్నేహితులతో తిరగడం మానేసి చేస్తున్న బిజినెస్ మీద శ్రద్ధ పెంచుకోమని చెప్పినట్లు నా శ్రీమతి శశి చెపితే తెలిసింది.

సమావేశం ముగిసే ముందు శశి వినయంగా లేచి నిల్చుని "చాలా ఆలోచించుకుని ఓ నిర్ణయానికి వచ్చాను స్వామీ! ఈ రోజునుండి నేను యూట్యూబ్‌లో సినిమాలు, వీడియోలు చూడడం మానేస్తాను. ఫోనులో గడిపే సమయం తగ్గించుకుంటాను" అంది. ఈ ఇంటి కోడళ్ళకి ఏమైందో నాకస్సలు అర్థం కాలేదు. వీళ్ళు కేవలం ఈయన క్రమశిక్షణ గురించి విన్నవాళ్ళే, రుచి చూసిన వాళ్ళు కాదు. ఇంటికెళ్ళాక "దొంగా! మీ అత్తగారెలాగూ చూడదు కాబట్టి వీడియోలలో చూసే ప్రోగ్రాంస్ అన్నీ టీవీలోనే చూడొచ్చని. కదూ!" అన్నా దొరికావులే అన్నట్లు చూస్తు. "అబ్బే! అదేం కాదు. కళ్ళకి మంచిది కాదని నేనెప్పటినుండో మానేద్దామనుకుంటున్నాను" అని చెప్పి తప్పించుకుంది.

మార్చ్ 29, 2014 – శనివారం

ఈ రోజు ప్రసంగం ముగిసాక అక్కని "ఏమి రాణమ్మ? ఎలా వుంది జీవితం?" అని నవ్వుతూ పలకరించారు బాబుగారు. నేను ఊహించిందే! ఎందుకంటే అంతకు ముందు రోజు తనకు విడిగా జరిగిన సమావేశంలో ఏం జరిగిందో రాజాబావ నాతో ముందే చెప్పాడు. చక్కర బదులు కాఫీలో పడే ఉప్పు – ప్రతి రోజు మాడిపోయే గిన్నెలు – తోటకూర పులుసు ఒలికి పాడైన లాప్‌టాపు లాంటి తన కష్టాలు చెప్పుకున్నట్లు నాతో చెప్పాడు. వెంటనే రాణి ఆవేశంగా చెయ్యి పైకెత్తి " గురూజీ! ఈ రోజునుండి నేను ఫేస్‌బుక్ మొహం చూడను" అంటూ వాగ్దానం చేసేసింది.

ఏళ్ళ తరబడి చేసుకున్న అలవాట్లు ఏదో ఒకటి వస్తే కాని పోవని మా అమ్మ అంటూ వుంటుంది. కట్టుడు పళ్ళొచ్చి ఆవిడ వక్కపొడి అలవాటు పోయినట్లే – వంట్లోకి జబ్బొచ్చి సిగరెట్లూ, పేకాట లాంటి మా నాన్న అలవాట్లు ఆయనతో పాటు పోయాయి. ఇలా మా పెద్దనాన్న రాకతో ఈ లెక్కన చాలా అలవాట్లు పోయి పరివర్తనలు వెల్లువవుతాయని మాత్రం నేను కలలో కూడా ఊహించలేదు. ఇంటికెవరో బంధువొచ్చి నాలుగు మంచి మాటలు చెప్పగానే గొప్ప గొప్ప సమస్యలు పరిష్కారం అయిపోయినట్లు ఈ మధ్యనొచ్చే కథల్లో చదివానే కానీ ఇలా ప్రత్యక్షంగా చూస్తానని అనుకోలేదు.

ఒకరి తరువాత ఒకరుగా ఈ వాగ్దాన పరంపర మెల్లిగా ఎటువైపు దారితీస్తోందో అర్థం అవుతుంటే, నాకిదంతా ఏదో పెద్ద కుట్రలా అనిపించింది. ఆ రాత్రి మేడ మీద కూర్చుని సిగరెట్టు తాగుతూ ఈ వ్యసనమహాభారతంలో కౌరవులెవరూ? మరి పాండవులెవరూ? దీనంతటికి మూలకారణం ఎవరూ? అని ఆలోచిస్తుంటే వెలిగింది. 'అమ్మ'శకునీ అనుకున్నా. పెద్దొదినా, శశి, రాజా బావ అమ్మ వెనక నిల్చుని కనిపించారు. మరి బంగారి?

మార్చ్ 30, 2014 – ఆదివారం

ఈ రోజు సమావేశంలో ఇంకా అందరం పూర్తిగా కూర్చోక ముందే కన్నీళ్ళు కంగారు కలిపేసి "రోజు రోజుకి కోపం ఎక్కువై పోతోంది నాన్న ఈయనకి. ప్రతి చిన్న విషయానికి విసుగు, కోపం, అరుపులు" అంటూ నాలిక్కర్చుకొని "నేనింక ఈయనతో కాపురం చేయలేను... గుర్... స్వామీజీ!" అంది బంగారి. స్వామి అయన కేసి చూడగానే కృష్ణుడుబావ సిగ్గుతో తలవొంచుకున్నాడు. మళ్ళీ తలెత్తి "మీ ఆశీస్సులుంటే ఈవేళ నుండే..." అంటూ తడబడ్డాడు. "నా ఆశీస్సులు నిన్ను ఎల్లప్పుడూ అంటిపెట్టుకునే వుంటాయి నాయనా! మెడిటేషన్ చేసుకుంటూ సంయమనం పాటించు తండ్రి!" అన్నారు స్వామీజీ దయగా చూస్తూ.

తరువాత ఆయన చూపు నా పైన పడి అక్కడే నిలిచిపోయింది. అందరూ నిటారుగా సాగి కూర్చుని నవ్వుతూ నాకేసి చూసారు. నా గుండె ఒక్కసారి టివ్వుమంది. అలాగే చూపు నిలిపి "నాయనా చిన్నబాబూ! మరి నువ్వేమిచ్చుకుంటున్నావు నీ బాబుగారికి" అన్నారు స్వామీజీ చిద్విలాసంగా నవ్వుతూ.

బిక్క మొహం వేసుకుని తత్తరపడుతూ "నా... నా... నా దగ్గరేముంది స్వామి మానడానికి... అదే... ఇవ్వడానికి?" అన్నాను. నా గొంతు నాకే పీలగా వినిపించింది. "ఆలోచించు నాయనా!" అన్నారు జాలిగా చూస్తూ. శశి కనుబొమ్మలు తమాషాగా దగ్గరికి చేసి నోరు సున్నాలా చుట్టి నాకేసి చూసింది. అర్థం అయిందిలే అన్నట్లు ఓసారి నిరసనగా చూసి "అయితే... అయితే... ఈ రోజు నుండి నేను సిగరెట్లు మానేస్తున్నాను" అన్నాను విరక్తిగా. అందరూ చప్పట్లు కొట్టారు.

మార్చ్ 31, 2014 – సోమవారం

ఈ రోజు అందరి భోజనాలు పెద్దన్న ఇంట్లోనే. "ఆ గదిలో ఉగాది! ఈ గదిలో ఉగాది! గది మదిలో ఉగాది! మది గదిలో ఉగాది!" అంటూ టీవీలో ఎవరో కవిత్వం చెపుతున్నారు. వదిన ఉగాది పచ్చడి కప్పుల్లో పోసి అందరికి ఇచ్చింది.

బెల్లం తీపి, కొత్త చింతపండు పులుపుతో కలిసి వగరు మామిడి ముక్కలు పంటి క్రిందకి వస్తూ ఉగాది పచ్చడి భలే కుదిరింది. భోజనాలు అయ్యాక స్వామీజీ అందరి దగ్గరా సెలవు తీసుకుని బయలుదేరారు. ఆ సాయంత్రం తోచక అదేదో సినిమాలోలా అందరం కలిసి క్రికెట్ ఆడాం. రాత్రి అమ్మ భాగవతంలో పద్యాలు చదువుతుంటే వింటూ అందరం కలిసి భోజనాలు చేసాం.

ఏప్రిల్ 5, 2014 – శనివారం

రోజులు అతి కష్టంగా గడుస్తున్నాయి. నాలుక పైన వేప్పువ్వు తాలుకూ చేదు మాత్రం మిగిలినట్లు శపథాలు చేసిన వాళ్ళంతా కళా కాంతి లేని మొహాలతో తిరుగుతున్నారు. నాకైతే రాత్రుళ్ళు నిద్ర పట్టడం మానేసింది. పట్టిన ఓ జామున 'నా కడుపున చెడబుట్టావుకదరా!' అంటూ సిగరెట్ త్రాగుతూ బెత్తం పట్టుకుని నాన్న వెంటపడి తరుముతున్నట్లు కలొచ్చింది.

ఆ రోజు సాయంత్రం అమ్మలు పిన్ని ఫోన్ చేసింది. దాని సారంశం – ఫలానా సీరియల్‌లో ఆరు నెలలనుండి రకరకాల ట్విస్టులతో కలవలేక పోయిన హీరో హీరోయిన్లు నిన్నటి ఎపిసోడ్ చివరన ఒకరికొకరు ఎదురయ్యారుట. దాంతో కొద్దిగా మొహమాట పడుతూనే "ఈ ఒక్క సీరియల్ మాత్రం చూస్తానర్రా, ఏమంటారూ?" అంటూ అడిగింది అమ్మ.

'పెద్దదానివి ఆ మాత్రం నిగ్రహం లేకపోతే ఎలా నీకు?' అని అరవబోయి గొంతు నొక్కేసుకున్నాను.

వెంటనే శశి "గీతా, భాగవతాలు పొద్దున్న పూట ఎలాగు చదువుకుంటున్నారు కదా అత్తయ్యా! సాయంత్రాలు ఆమాత్రం సీరియల్సూ చూసుకోండి. కాస్త కాలక్షేపం అవాలికదా!" అంది. ఆ అత్తాకోడళ్ళ అనుబంధానికి ముచ్చటేసింది.

మొత్తానికి ఎవరైతే దీనంతటికి ప్రారంభం అయ్యారో వాళ్ళే వ్రతం విడిచి

డీల్ బ్రేక్ చేసారు. వార్త తక్కిన మూడిళ్ళకి ఇట్టే పాకి పోయింది. మరో గంటకి స్నేహితులో ఇద్దరు స్కూటర్ పైన వచ్చి పెద్దన్నని వాళ్ళ మధ్యన కూర్చోబెట్టుకుని మరీ తీసుకెళ్ళారు.

ఆ తరువాత నేనూ రాజాబావ కూర్చుని మాట్లాడుకుంటూ వుంటే రాణక్క మమ్మల్ని వెతుక్కుంటూ వచ్చింది. "తమ్ముడూ! నీకు గుర్తుందిరా? నేను వైట్ డ్రెస్సులో టెన్నిస్ రాకెట్ పట్టుకుని తీసుకున్న ఫోటో? ఇందాకే పోస్ట్ చేసాను. అప్పుడే ముప్పైరెండు లైకులొచ్చాయి."

"ముప్పైరెండు లైకులే" అన్నాను నేను కళ్ళు పెద్దవి చేసి చూస్తూ.

అక్క బావకేసి తిరిగి "అప్పట్లో అందరూ నన్ను జయప్రదలా వుంటావని అనే వాళ్ళు లెండి" అంది. "కామెంట్లు ఎవరూ పెట్టకపోతే చెప్పు. ఎవరీ సుందరీ? జయప్రదా? అంటూ నేనే పెట్టేస్తా" అన్నాడు బావ సరదగా.

అక్క అక్కడనుండి వెళ్ళాక "హమ్మయ్యా! మళ్ళీ మనుషుల్లో పడింది. ఎక్కడ డిప్రెషనులోకి వెళ్ళిపోతుందోనని భయపడి చచ్చాను" అంటూ నిట్టూర్చాడు. "దాని వాలకం చూసి ఇంటిల్లిపాది భయపడ్డాం కదా!" అన్నాను నేను.

"చిన్నప్పుడు మీ అక్క నిజంగా జయప్రదలా వుండేదేంటోయ్?" – అడిగాడు బావ.

"ఆ, అవును. ఇద్దరి చేతి వేళ్ళు ఒక్కలా వుండేవి పొడుగ్గా!" అని చెప్తూ వుండగానే బంగారీ వాళ్ళ ఇంట్లోంచి కృష్ణుడుబావ అరుపులు కేకలు వినిపించాయి.

బంగారీ, కృష్ణుడుబావ చిన్న చిన్న విషయాలకే పోట్లాడుకుంటారు. చూడడానికి మహా సరదగా వుంటాయి. ఏమిటా సంగతి అని అందరం పరిగెత్తుకుని వెళ్ళాం. పట్టు చీరలు కట్టుకుని పాకం గారెలు చేస్తున్న వాళ్ళ టీవీ ప్రోగ్రాం చూస్తూ... చేస్తున్న వంకాయ వేపుడు మాడ్చేసిందిట బంగారి. దాంతో బావకి కోపం వచ్చి నాకు చెపితే నేనయినా దగ్గరుండి వేయించుకునేవాడిన కదా అంటూ అరుపులు మొదలు పెట్టాడు. మేము నచ్చ చెప్పబోయే లోపల బంగారి బెడ్రూంలోకి వెళ్ళి తలుపేసుకుంది.

ఇంటికొచ్చి ఉత్సాహంగా అమ్మతో చెప్పబోతే "ఆ! ఇప్పుడే శశి చెప్పింది.

వాళ్ళిద్దరికీ అది అలవాటేగా. బంగారికి అలకొస్తే ఓ పట్టానపోదు. కనీసం ఓ వారమైనా వుంటుంది" అంటూ టీవీ కేసి తిరిగిపోయింది.

ఏప్రిల్ 6, 2014 – ఆదివారం

పొద్దున్నే పేపర్ కొసం ఇంట్లో నుండి బయటకి రాగానే కృష్ణుడుబావ మాటలకి బంగారి కిలకిలా నవ్వుకుంటూ లోపలికి వెళ్తూ కనిపించింది. తెలుసుకుంటే ఎందుకయినా మంచిది ముందు ముందు ఉపయోగం అనుకుంటూ దగ్గరికెళ్ళి "రాత్రి ఏం మాయ చేసావు బావ? అలకమాని బంగారంత ఉషారుగా వుంది?" అనడిగా.

కృష్ణుడుబావ నా కళ్ళలోకి లోతుగా చూసి ... నుదుటి మీద వున్న ఎర్రటి సన్నటి 'గీత' చూపిస్తూ... "కాలి గోరు గీరుకుంది" అన్నాడు.

ఛ! నేనడిగిందేమిటి? ఇతగాడు చెప్పిందేమిటి? ఏ విషయం సూటిగా చెప్పడు కదా! అందుకే ఈ కృష్ణుడుబావని చూస్తే చిరాకు అనుకుంటూ ఇంట్లోకి వస్తుంటే 'గీతా'సారాంశం బోధపడి జ్ఞానోదయం అయ్యింది.

లోపల శశి కిటికిలో నుండి దీర్ఘంగా బయటకి చూస్తూ దిగులుగా కనిపించింది. ఏదో అర్థమై వెంటనే దగ్గరికి వెళ్ళి... సుతారంగా ఆమెని నా కేసి తిప్పుకుని "హే! పిచ్చి! ఏమిటీ? ఎందుకిలా? హా!" అన్నాను.

శశి నా కళ్ళలోకి మరింత దిగులుగా చూసి "నిన్న కపిల్ శర్మ కామెడీ షో మిస్స్ అయ్యాను" అంది. "ఓస్! ఇంతేనా! హాయిగా కంప్యూటర్లో చూసుకో" అన్నాను గ్రీన్ సిగ్నల్ ఇస్తూ. ఆమె కంప్యూటర్ కేసి నడిచింది. నేను పుస్తకాల వెనక దాచిన సిగరెట్టు ప్యాకెట్టూ, లైటరూ తీసుకుని మేడ మెట్లకేసి నడిచాను.

కౌముది అంతర్జాల మాసపత్రిక - జూలై 2014

విండో షాపింగ్

తప్పటడుగులనాటి అలవాటు అమ్మతో షాపింగ్ అంటూ మాల్సులో తిరగడం. అమ్మ ఇప్పుడు మానేసింది. నేను మాత్రం చేస్తూనేవున్నాను మాల్ బయట పార్కింగ్ ఏరియాలో – విండో షాపింగ్.

టీషర్టులోంచి తలదూరుస్తూ అద్దంలో చూసుకుంటే "నీ వయసు ఇరవై సంవత్సరాలంటే ఎవరూ నమ్మరు శామ్! దోస్ లార్జ్ ఇన్నోసెంట్ ఐస్ అండ్ దట్ కిడ్ కైండ్ ఆఫ్ లుక్... యు నో! అవే నీ అడ్వాంటేజ్" అనే టోనీ మాటలు గుర్తుకొచ్చాయి.

ఒత్తైన జుట్టుని రెండు చేతులతో పైకి ఎత్తిపట్టి రబ్బరుబ్యాండుతో బిగించాను. స్నీకర్స్ లేసులు ముడివేస్తుంటే గుర్తుకువచ్చింది. ఇవీ టోనీ సలహాతో కొన్నవే. వేగంగా నడిచినా – పరిగెత్తినా – గాలిని కోస్తున్నట్లుందే కాని మరో చప్పుడే వినిపించదు. అందుకే ఆ మధ్య ట్రంకులో బ్యాగులు సర్దుకుంటున్న ఓ పెద్దావిడకి నేను పక్కనుండి హ్యాండుబ్యాగ్ తీసుకెళ్ళిపోయినా తెలియలేదు.

అమ్మ డైనింగ్ టేబుల్ దగ్గర కూర్చుని పోస్ట్‌లో వచ్చిన ఫ్రీ కూపన్లనుండి తనకి కావలసినవి వేరుచేసుకుంటోంది. హాల్లోకొచ్చి జాకెట్ వేసుకుంటుంటే అడిగింది “ఎక్కడికెళ్తున్నావ్ ప్రశాంత్?" దగ్గరికి వెళ్ళాను.

టేబుల్ పైన అమ్మ తయారు చేసి పెట్టిన కేక్ డెలివరీకి రెడీగా వుంది. ఒంగి మెడ చుట్టూ చేతులు వేసి "అంత పెద్ద కేక్ ట్వెంటీ ఫైవ్ డాలర్సేనా? బయట ఫిఫ్టీ అయినా వుంటుంది" అన్నాను. అమ్మ నవ్వి "మాట మార్చకు. ముందు అడిగిందానికి జవాబు చెప్పు" అంది. "ఇక్కడికే – జస్ట్ – ఫ్రెష్ ఎయిర్ కోసం" అంటూ బయటకి నడిచాను. ఇట్స్ టైం టు గో షాపింగ్!

★★★

నవంబర్ నెల చలికి గాలి తోడైంది. జాకెట్ హుడ్ తలపైనుండి లాగి కారు పైన రాలిపడ్డ ఆకులన్నీ తుడిచి బయలుదేరాను. కారు నాన్నది. నైన్‌టీన్ నైంటీఫోర్ టొయోటా కరోలా. లైట్ ఫేడెడ్ బ్లూ కలర్, రూఫ్ పైన, పక్కలా అక్కడక్కడా పెయింట్ కూడా పోయింది. అదీ ఒకందుకు మంచిదే. జనాలని ఎరుపు, తెలుపు కార్లు, కొత్త కార్లు ఆకట్టుకున్నట్లు ఇలాంటి కార్లు ఆకర్షించవు.

నేనుండే పరిసరాలు దాటి ఇప్పుడు చదువుతున్న కాలేజ్ పక్కనుండి కారు దూసుకుపోతోంది. కాలేజ్ అడ్మిషన్ అప్లికేషన్లతో మిగిలిన స్టూడెంట్స్ అందరం సతమతమయ్యే రోజుల్లో "ఐ వాంట్ టు బి ఏ హ్యాకర్, దానికి డిగ్రీతో పనిలేదు" అన్నాడు టోనీ. ఆ రోజునే వైట్, బ్లాక్, గ్రే అంటూ హ్యాకర్లలో వున్న రకాలు – వారి హ్యాకింగ్లో తేడాలు చెప్పి ఓ కొత్త ప్రపంచాన్ని పరిచయం చేసాడు.

నాన్న వుండి వుంటే ఆయన కోరిక ప్రకారం నేను ఇంజనీరింగ్ చదవాల్సి వచ్చేదేమో. ఇప్పుడింక నన్ను ఫోర్స్ చేసేవాళ్ళు లేరు. అందుకే తక్కువ ఖర్చుతో రెండేళ్ళ అసోసియేట్ డిగ్రీతో బయట పడదామని కమ్యూనిటీ కాలేజ్‌లో చేరాను. అమ్మ మాత్రం ఆ తరువాత రెండేళ్ళ యూనివర్సిటీ చదువు కోసం పెన్నీ పెన్నీ సేవ్ చేస్తోంది.

తల్లితండ్రులని ఎంచుకోలేము కానీ స్నేహితుల ఎంపిక మన చేతుల్లోనే వుందనేవాడు నాన్న. నాకయితే స్నేహాలు వాటితో ముడిపడిన సంఘటనలు అన్నీ కూడా డెస్టినీ అనిపిస్తాయి. ఇప్పుడు నే వెళ్తున్న ఈ దారిలో ఎదురయ్యే ప్రదేశాలు వాటి చుట్టూ అల్లుకున్న నా అనుభవాలే అందుకు నిదర్శనం.

ఇదిగో ఈ హైస్కూల్లోనే టోనితో మొదటిసారి పరిచయం. టెంత్ గ్రేడులో వుండగా నాన్న జాబ్ పోయి మరో దాంట్లో చేరడంతో వుండే సిటీ మారి దాంతో

స్కూల్ కూడా మారాల్సివచ్చింది. తెలిసిన స్నేహితులెవరూ లేరు. లంచులో ఒంటరిగా కూర్చున్న నా దగ్గరికి టోనీ వచ్చి పరిచయం చేసుకున్నాడు. చెవికి రింగు, కుడి మోచేతికి పైన డ్రాగన్ టాట్టూ, ఫంకీ హెయిర్ స్టైల్ – అంతకు మించి చురుకైన ఆ కళ్ళు – అలా మొదటి పరిచయంలోనే విపరీతంగా నచ్చేసాడు. టోనీ పక్కన చేరాక అంతవరకూ నన్ను ఏడిపించడానికి ప్రయత్నించే బుల్లీస్ అందరూ వెనక్కి తగ్గారు. దాంతో తను నా పాలిటి హీరో అయ్యాడు.

స్కూల్ నుండి అరమైలు దూరంలో వున్న ఈ సూపర్ మార్కెటులోనే ఓ రోజున షాప్ లిఫ్టింగ్ చేసారన్న అనుమానంతో తలుపులు వేసి అందరినీ తనిఖీ చేసారు. నోటుబుక్స్ కొందామని వచ్చిన నేను టోనీ కూడా అక్కడే వున్నాం. సెక్యూరిటీ అతను వివరాలు అడగక ముందే ఆ షాప్ తాలుకు వ్యక్తి "ఇండియన్ కిడ్స్ అలాంటి పనులు చెయ్యరు. వాళ్ళని వెళ్ళనీ!" అన్నాడు.

బ్రవున్ స్కిన్ కలర్, డార్క్ హెయిర్, పెద్ద కళ్ళు, ఒత్తయిన కనుబొమ్మలు – లాటినోస్‌కి, ఇండియన్స్‌కి ఎతినిక్ ఫీచర్సులో వుండే కామన్ లక్షణాలు. నాతో వుండటంతో వీళ్ళు టోనీని ఇండియన్ అనుకున్నారేమో కాని సాధారణంగా ఇండియన్స్‌ని లాటినోస్ అనుకుంటారు. బయటకి వచ్చాక అదే అంటే "అమ్మ లాటినో. నాన్న బహుశా ఇండియనేమో?" అంటూ జోక్ చేసి నువ్వీరోజు మా ఇంటికి రావాలి అంటూ తీసుకెళ్ళాడు.

వెళ్ళాక 'మీట్ మై మామ్ సూసన్, అండ్ డాడ్ ఎరిక్' అంటూ తన పేరెంట్స్‌ని పరిచయం చేసాడు. ఇద్దరూ తెల్లవాళ్ళే. నా మొహంలో ప్రశ్న చదివినట్లు రూంలోకి వెళ్ళగానే చెప్పాడు వాళ్ళు తన ఫాస్టర్ పేరెంట్స్ అని. వాళ్ళ ఒక్కగానొక్క కొడుకు గల్ఫ్ వార్‌లో పోయాక నాలుగేళ్ళ టోనీని చేరదీసారు. ఫాస్టర్ కేర్‌లో టోనీని అప్పచెప్పే టైంకి అతని తల్లి ఇంకా కాలేజ్ స్టుడెంట్ అని మాత్రం ఎరిక్ వాళ్ళకి తెలుసు.

ఓ రెండు రోజుల తరువాత లాస్ట్ క్లాస్ అవగానే బయట కలిసి తనతో రమ్మన్నాడు. వెళ్తుండగా చెప్పాడు "నీకు తెలుసా షాప్ లిఫ్టింగ్ చేసి పట్టుబడిన వాళ్ళలో సెలబ్రిటీస్ కూడా వున్నారు. కొంత మంది అవసరం కోసం చేస్తే, కొందరికి అది బలహీనత మరి కొందరికి అది థ్రిల్."

"ఎవరా సెలబ్రెటీస్?" అంటూ నా ప్రశ్న పూర్తికాకముందే "తరువాత చెపుతాను కాని" అంటూ నవ్వి "మనని అనుమానించే అవకాశాలు తక్కువైనప్పుడు ఓసారి ప్రయత్నిస్తేనేం?" అన్నాడు.

పది నిమిషాల్లో మేమో బట్టల షాపులో వున్నాం. వెళ్ళి బయటకి వచ్చాక జేబులోనుండి కొత్త టై తీసి చూపించాను. టోనీ నవ్వి షర్ట్ పైకెత్తి లేటెస్ట్ స్టైల్ కొత్త హుడ్డీని బయటకి తీసాడు. ఇద్దరం గొప్ప ఎడ్వంచర్ చేసిన వాళ్ళలా ఫీల్ అయ్యాం. తరువాతరువాత మా ఇద్దరికి అదో ఛాలెజింగ్ ఆటగా మారింది. ఊహకే భయపెట్టే పనులెన్నో టోనీతో కలిసి చేసినప్పుడు చాలా నార్మల్ అనిపించేవి.

ఆ తరువాత మా ఇద్దరి మధ్య స్నేహం మరింత పెరిగింది. ఇద్దరం కలిసి ఒకేసారి అప్లై చేసి లెవెంత్ గ్రేడ్ అయ్యాక ఒకేచోట సమ్మర్ జాబులోచేరాం. చేరిన కొద్ది వారాల తరువాత నేను టోనీ ఓ సాయంత్రం బయటకి వస్తుండగా కనిపించింది. పార్కింగ్ లాట్‌లో ఓ కారు వెనుక సీట్లో వున్న బ్యాగ్. విండో మూడు వంతులు మాత్రమే వేసివుంది. ఇద్దరం అక్కడ ఆగిపోయి చుట్టూ చూసాం. నిర్మానుష్యంగా వుంది. కారులో అలారం తాలుకూ ఎలాంటి బ్లింకింగ్ లేదు. అద్దం పైన వున్న గ్యాప్‌లోనుండి టోనీ చెయ్యి దూర్చి బ్యాగ్ బయటకిలాగాడు. వ్యాలెట్ తీసి జేబులో పెట్టుకుని బ్యాగు మళ్ళీ కారులో పడేసాడు. ఆ మర్నాడు దొరికిన డబ్బులతో వీడియో గేమ్స్ రెంటుకి తీసుకొచ్చి వుంచాడు. ఆ జూలై ఫోర్త్ వీకెండ్ మూడు రోజులు – కాల్ ఆఫ్ డ్యూటీ, హేలో, వరల్డ్ ఆఫ్ వార్‌క్రాఫ్ట్ లాంటి పాపులర్ గేమ్స్ కొన్ని తనివితీరా ఆడాం.

ఓ ఇరవై నిమిషాల తరువాత వించెస్టర్ మాల్ వెనుక వైపున్న పార్కింగ్ ఏరియాలోకి తిరిగింది నా కారు. కాస్త దూరంగా ఓ చెట్టుక్రింద పార్క్ చేసి టోనీకి మెసేజ్ పెట్టాను.

నెమ్మదిగా నడవసాగాను. ఇంకో రెండు వారాల్లో థ్యాంక్స్ గివింగ్ వీకెండ్. ఇప్పటినుండి క్రిస్మస్ వరకు హాలిడే స్పిరిట్‌తో మాల్స్ అన్నీ కళకళలాడుతుంటాయి. వస్తూ వెళ్తున్న కార్లు. వంటరిగా, జంటలుగా, గుంపులుగా, వొచ్చే వాళ్ళు, వెళ్ళే వాళ్ళు, ఎటు చూసినా జనం.

సెల్ ఫోన్ బీప్ విని చూస్తే టోనీ నుండి మెసేజ్ "ఓసారి రాగలవా? ఐ హవ్ సమ్ ఇంట్రెస్టింగ్ న్యూస్" అంటూ. రిప్లై ఇచ్చి కారుకేసి నడిచాను.

★★★

యూనివర్శిటీ స్టూడెంట్స్ డోర్మెటరీ బిల్డింగ్స్ పక్కనుండి వెళ్తుంటే ఐదు నెలల క్రితం టోనీతో కలిసి అక్కడికి వచ్చిన మొదటి రాత్రి గుర్తుకి వచ్చింది. రాత్రి రెండు గంటల వేళ ఇంటి వెనుక తలుపులు దగ్గరగా వేసి కారులో ఎదురు చూస్తున్న టోనీని కలిసాను. చీకట్లో చెట్ల మధ్య వున్న ఓ బిల్డింగ్ వెనుక ఆపి చెప్పాడు. "ఎవరెక్కి వస్తారులే అని పైన ఫ్లోర్ల వాళ్ళే అజాగ్రత్తగా వుంటారు. ఆఫ్కోర్స్ ఏ ఫ్లోరయినా ట్రై చేసుకోవచ్చనుకో. రూల్ ఆఫ్ థంబ్! వెళ్ళడానికి మూడు నిమిషాలకన్నా పట్టకూడదు. ఏ గదిలోను ఒక్క నిమిషంకన్నా వుండకూడదు.

అవసరమైతే చిన్నగా విజిల్ వెయ్యి" అంటూ వెళ్ళాడు.

చేతులు చాచి ఎగిరి మొదటి బాల్కనీ గ్రిల్ అంచులు పట్టుకుని పైకి పాకి, అక్కడినుండి రెండో బాల్కనీలోకి పాకి మాయమయ్యడు. టోనీ తిరిగి వచ్చేవరకూ నా గుండె చప్పుడు పదింతలై వినిపించింది. ఓ పది నిమిషాలు కాకముందే ఓ ల్యాప్టాప్, ఐప్యాడ్లతో తిరిగి వచ్చి కారు స్టార్ట్ చేసాడు.

అలా గోడలు మిద్దెలు ఎక్కడం నాకు కష్టం. అదీ కాకుండా చిన్నపాటి చప్పుడికి కూడా మెళుకువవొచ్చే అమ్మకి తెలియకుండా రాత్రి పూట బయటకి రావడం కుదరదు. కారు దిగి ఇంట్లోకి వచ్చే ముందు అదే చెప్పాను. "ఇట్స్ ఓకే!" అంటూ నవ్వి "ఎప్పుడో కాని దొరకని వాటికోసం ఎన్నాళ్ళని ఆ మాల్స్ చుట్టూ తిరుగుతాం!" అంటూ వెళ్ళిపోయాడు.

నేను వెళ్ళిన సమయానికి టోనీ పేరెంట్స్ ఇంటిముందు రాలిన ఆకులని తుడుస్తున్నారు. సాధారణంగా ఇలాంటి క్లీనింగ్ పనులు టోనీయే చేస్తుంటాడు. ఇద్దరిని విష్ చేసి అదే అడిగితే "మెట్లపైనుండి పడి పాపం కాలు బెణికిందిగా! లోపలున్నాడు వెళ్ళు" అన్నాడు ఎరిక్.

డోర్ పైన నాక్ చేసి లోపలికి వెళ్ళను. కట్టుతో వున్న ఎడమ కాలుని ఓ స్టూల్ పైన వుంచి కంప్యూటర్లో పనిచేస్తూ కనిపించాడు. నాకేసి ఓసారి చూసి "కూర్చో ఓ ఐదు నిమిషాలు. అయిపోవచ్చింది" అన్నాడు.

టోనీనే చూస్తూ కూర్చున్నాను. అతి చిన్నగా కట్ చెయ్యబడిన క్రాఫ్ – ఇంతకు ముందు రింగు పెట్టుకునే చెవికి ఇప్పుడు వైట్ స్టడ్ – విపరీతంగా వర్కవుట్ చేస్తున్నాడేమో శరీరం కడ్డీలా తయారైంది.

చేసే పని ఆపి నాకేసి చూసాక అడిగాను ''ఎలా జరిగింది?"

"దురదృష్టం కొద్ది మొన్న రాత్రి ఓ బాల్కనీ మిస్ అయ్యాను. అదృష్టం కొద్ది బెణికింది ఎడమ కాలు. దాంతో డ్రైవ్ చేసుకుని ఇంటికి రాగలిగాను."

"నొప్పి వుందా?"

"పెయిన్ కిల్లర్స్ వేసుకోవడంతో తెలియటం లేదు. కాని తగ్గడానికి టైం పట్టేలావుంది."

నేను నవ్వి "యాక్షన్ మ్యాన్ టోనీకి ఇలా ఇంట్లో కూర్చోడం కష్టమే మరి" అన్నాను.

"అందుకేగా కుదురుగా కూర్చుని ఏంచెయ్యగలమో తేల్చుకుని నిన్ను పిలిచింది" అంటూ తమాషాగా నవ్వి అడిగాడు "జనం ఇంటి నుండి కదలకుండా షాపింగ్ చేస్తున్నప్పుడు మనం ఇంటినుండి కదలకుండా విండో షాపింగ్ చెయ్యలేమా?!"

"అంటే?"

"వర్చువల్ విండో షాపింగ్! ఆన్‌లైన్ షాపింగ్లో ఎంటర్ చేసే క్రెడిట్ కార్డుల సమాచారం సైలెంటుగా దారి మళ్ళించడమే! ."

ఉలిక్కిపడ్డాను. విపరీతమైన భయం దానిని మించిన ఉత్సాహం ఒకేసారి పెద్ద కుదుపు కుదిపాయి నన్ను. టోనీ మొహంలో మెరుపు. సిస్టంని బ్రేక్ చేసిన ఎక్సైట్‌మెంటుతో వచ్చిన థ్రిల్ తాలుకు మెరుపు. భయం అన్నది ఇంతవరకు చూడలేదు ఆ మొహంలో.

నేను విన్నది పూర్తిగా జీర్ణం చేసుకోకముందే అడిగాడు "ఈసారి వింటర్ తీవ్రంగానే వుండేలావుంది. మామ్, డాడ్ ఇప్పుడే చలి తట్టుకోలేకుండా వున్నారు. కిటికీలు, తలుపులు కాస్త బాగుచెయ్యాలి. థ్యాంక్స్ గివింగ్ వీకెండుకి రాగలవా?

ఈ కుంటివాడికి కాస్త సాయం చేద్దువుగాని." నేను నవ్వి వస్తానని ఒప్పుకున్నాక చెప్పాడు. "ఫ్రైడే నుండి మండే వరకూ రోజుకో ఐదారు గంటలు వుండేలా రా! నువ్వొస్తే ఆ పనితో పాటు మన వర్చువల్ షాపింగ్ కూడా చేసుకోవచ్చు. సైబర్ మండే మనకి మరీ ముఖ్యం. గుర్తు పెట్టుకో!"

★★★

టోనీ చెప్పిన విషయం నా మనసు ఇంకా పూర్తిగా స్వీకరించే స్థితిలో లేదు. క్రెడిట్ కార్డ్ ఫ్రాడ్ మాములు నేరంకాదు. ఆ విషయం టోనీకి తెలియదనీ కాదు. అందులో రిస్క్ గురించి అంచనా వేస్తూ డ్రైవ్ చేస్తున్నాను. విలువైన వస్తువులో, క్యాషో తీసుకోవడం తప్ప దొరికిన క్రెడిట్ కార్డుల జోలికి నేనెప్పుడూ వెళ్లలేదు.

అలవాటైన పనిలో వున్న సౌకర్యమేదో నాకు తెలియకుండానే తిరిగి వచ్చే దారిలో మాల్ కేసి నడిపింది.

సాయంత్రం వేళ. నే పార్క్ చేసిన చోట చిక్కనవుతున్న చీకటి – నడిచే నాతో వస్తూ, పలచబడుతూ మాల్ దగ్గర లైట్ల కాంతిలో చెదిరి పోతోంది. పార్కింగ్ లాట్‌లో ఒక్కొక సందులో మాలుకి దగ్గరవుతూ దూరమవుతూ గమనిస్తూ నడుస్తున్నాను.

ఆమె ఎవరో ఎదురుగా ఇటే వస్తూ... హ్యాండుబ్యాగ్ భుజానికి చేతికి మధ్య వత్తిపట్టి, అటూఇటూ పరీక్షగా చూస్తూ... ఈ జన్మలో నేను మనిషన్నవాడిని నమ్మనూ అన్నట్లు నా కళ్ళలోకి ఓ సారి చూసి ముందుకు సాగిపోయింది.

ఆ సందు చివరికంటా నడిచి తిరిగి వస్తుంటే కనిపించింది కారు వెనుక సీటులో. విండోకి నాలుగు వేళ్ళు పట్టేంత సందు. జేబులో నుండి యాంటెన్నా కడ్డీ పైకి తీసి సాగదీసాను. విండోకి వున్న గ్యాప్ లోనుండి పోనిచ్చి...

యాంటెన్నా చివర అమర్చిన హుక్ బ్యాగు కొసకి తగిలించి బయటకి లాగాను. మెత్తటి బ్యాగ్. సులువుగానే బయటికి వచ్చింది. ఓపెన్ చేసి గబగబా వెతికాను. మేకప్ సామాన్లు, బిల్లులు, పేపర్లు.

చేతిలోకి వచ్చిన నాలుగు క్షణాలలో కావలసినవి తీసుకుని ఆ వ్యాలెట్టో, బ్యాగో వెంటనే వదిలించుకోవాలి. అది టోనీ చెప్పకుండా నా అంతట నేను తెలుసుకున్న సత్యం.

తొలి రోజుల్లో తీరికగా వెతికి తరువాత పారేద్దామని బ్యాకుపాక్‌లో వుంచేసిన పర్సులు నాన్న ఓరోజు చూసేసాడు. బెల్ట్ ఎప్పుడు చేతిలోకి తీసుకున్నడో కూడా తెలియదు. పిచ్చి కోపంతో తిడుతూ దెబ్బల వర్షం కురిపించాడు. ఇంట్లో అమ్మ లేదు. ఆపే వాళ్ళు లేరు. వున్నట్లుండి కొట్టడం ఆగిపోయింది. కళ్ళకి అడ్డుపెట్టుకున్న చేతులు తీసి ఏడుస్తూనే తలెత్తి చూసాను.

విపరీతమైన ఆయాసంతో నాన్న రొప్పుతున్నాడు. మనిషి నిలువెల్లా ఒణికి పోతున్నాడు. ఇందాకలాగే తిడుతున్నాడు. కాని అందులో స్పష్టత లేదు. మాట ముద్దగా వొస్తోంది. బెల్టు నేలకి జారిపోయింది. ఎడమ చేతితో గోడని పట్టుకుని నిలదొక్కుకోడానికి ప్రయత్నిస్తున్నాడు. నాన్నకేదో అవుతోందని తెలుస్తోంది. కాని ఒళ్ళంతా మంటల్లో పెట్టినట్లు దెబ్బల నొప్పి... కొట్టాడన్న కోపం... లేచి తిరిగి చూడకుండా నా రూంకి వెళ్ళి తలుపేసుకున్నాను.

ఓ నాలుగు నిమిషాల తరువాత గుర్తుకొచ్చింది. హెల్త్ క్లాసులో స్ట్రోక్ లక్షణాల గురించి చెప్పిన పాఠం. తలుపుతీసి వేగంగా పరిగెత్తుకొని వచ్చి నైన్ వన్ వన్‌కి కాల్ చేసాను. కాని అప్పటికే ఆలస్యం అయిపోయింది.

దొరికిన కొద్ది క్యాష్ తీసి జేబులో పెట్టుకుని బ్యాగు కారు క్రింద పడేద్దామా అనుకుంటుండగా "హే! ఎవరు నువ్వు? ఎవరిదా బ్యాగు? ఏంచేస్తున్నావిక్కడా?" అన్న అరుపులు విని ఉలిక్కిపడి తలెత్తి చూసాను. ఇందాక నాకేసి అనుమానంగా చూస్తూ మాల్ వైపు వెళ్ళిన ఆమె! నా ముందు నిల్చుని గట్టిగా అరుస్తోంది. నా కంగారు చూసి వెంటనే "ఎనీబడీ? హెల్ప్! హెల్ప్! ఇదిగో ఇక్కడ... దొంగ. పట్టుకోండి! పట్టుకోండి!"అంటూ మరింత గట్టిగా అరవసాగింది.

నాలో కంగారు. ఆమెలో భయం. ఇద్దరిలో ఏదో తెగువ... సరిగ్గా నేను చేతిలో బ్యాగు ఆమె పైకి విసురుతున్నప్పుడే ఆమె పెప్పర్ స్ప్రే గన్ తీసి నాకేసి షూట్ చేసింది. ఒకరినుండి ఒకరం దూరంగా పరిగెత్తాం. అలా వెనక్కి తగ్గి మొహం తిప్పుకునేలోగా అప్పటికే గాలిలో దూసుకొచ్చిన పెప్పర్ పౌడర్ నా కుడి కంట్లోకి, గొంతులోకి, ముక్కులోకి వెళ్ళి బగ్గున మండిస్తూ ఉక్కిరిబిక్కిరి చేసింది. అయినా ఆగే పరిస్థితి కాదు. అప్పటికే మాల్ వైపునుండి ఓ నలుగురు ఇటువైపే పరిగెత్తుకు రాసాగారు.

పార్కింగ్ లాట్ అణువణువు తెలుసు కాబట్టి ఆగకుండా పరిగెత్తాను. పక్కకి తిరిగి పార్కింగ్ స్థలాన్ని డివైడ్ చేసే చిన్న చెట్ల గుంపు పైనుండి దూకి లోపలికి దూసుకు వొస్తున్న ఓ కారుని అమాంతం ఎగిరిదాటి మరో చెట్ల గుంపు పైనుండి అవతలకి దూకాను. మోచేతులు మోకాళ్ళు వెళ్ళి ధడ్‌మని రాళ్ళకి కొట్టుకున్నాయి. 'అమ్మ' అంటూ వస్తున్న శబ్దాన్ని గొంతులోనే నొక్కేసి... మరో చిన్న పరుగు తీసి పార్కింగ్‌లో ఉన్న రెండు వ్యాన్ల మధ్య ఆగాను.

కారు హారన్లు – అరుపులు – దగ్గరలో ఎవరో పరిగెడుతున్న ధ్వనులు. గుండె చిక్కబట్టుకుని తలమీంచి హుడ్ తీసి, చకచకా జాకెట్ విప్పేసి వ్యాన్ క్రింద పడేసాను. తలకివున్న రబ్బరు బ్యాండ్ తీసి విసిరేసి జుట్టుని బుజాలంతా పరుచుకునేలా విదిలించాను. మళ్ళీ ఓ సారి గట్టిగా ఊపిరి తీసుకుని కార్ల మధ్య ఒంగి నా కారుకేసి పరిగెట్టసాగాను.

పట్టుబడకూడదు. ఒకవేళ అదే జరిగి విషయం తెలిసి నాన్నలాగా అమ్మకి కూడా... నో!.. నో!.. నో!.. అలా జరగకూడదు. ఓ గాడ్! ప్లీజ్! ఈ ఒక్కసారికి నన్ను పట్టుబడకుండా చూడు. ప్లీజ్!..

★★★

రాయి తట్టుకుని మళ్ళీ క్రింద పడిపోయాను. లేచి పరిగెడదామంటే కాళ్ళు సహకరించటంలేదు. కార్ల మధ్య పాకుతూ పారిపోవడానికి ప్రయత్నిస్తున్నాను. ఒక్కసారిగా ఎన్నో వేల చేతులు నన్ను క్రిందకి తోసేసి నేలకి నొక్కిపట్టాయి. కళ్ళు విడిపడవు, గొంతులోనుంచి అరుపు బయటకి రాదు. విపరీతమైన ఆందోళనతో, భయంతో నిద్రలోంచి లేచి కూర్చున్నాను. ఒళ్ళంతా చెమటలు పట్టేసాయి.

ఆ చీకట్లోకి అలా చూస్తుండగానే డిజిటల్ క్లాక్‌లో నంబర్ మారింది. థ్యాంక్స్ గివింగ్ లేబుల్ వదిలించుకుని రోజు బ్లాక్ ఫ్రైడేలోకి ఎంటర్ అయింది. ఈ రెండు వారాల్లో ఇదే తరహా పీడకల ఎన్నిసార్లు వచ్చిందో గుర్తులేదు.

కొన్ని గంటల తరువాత టోనీ నుండి మెసేజ్ 'సీ యూ ఎట్ టెన్' అంటూ. ఏమని రిప్లై ఇవ్వడం? వచ్చి సహాయమైతే చేస్తాను కాని, వర్చువల్ షాపింగ్ మాత్రం చెయ్యనూ అంటే? – వినడు. ఎప్పటిలానే కన్విన్స్ చెయ్యడానికి ప్రయత్నిస్తాడు. 'నువ్వేం చెయ్యక్కరలేదు. జస్ట్ వెనుక కూర్చుని చూడు' అంటాడు.

ఓ నిర్ణయానికి వచ్చి సెల్ ఫోన్ తీసుకుని మెసేజ్ టైప్ చేస్తుండగా తెరలు తెరలుగా దగ్గొచ్చింది. లేచి నీళ్ళు తాగాను.

అప్పుడే "కాఫ్ సిరప్ వేసుకున్నావా?" అంటూ అమ్మ నా బెడ్రూంలోకి వచ్చింది. పక్కనే కూర్చుని నుదిటి పైనుండి జుట్టుని పైకి తోసి చెంపలు మెడ తాకి చూసింది. ఛాతి పైన నెమ్మదిగా వేళ్ళతో రాస్తూ "ఏంటో నాన్నా! ఇంతలా ఎలర్జీస్ నీకెప్పుడూ రాలేదు. ఈ లాంగ్ వీకెండ్ పూర్తిగా రెస్ట్ తీసుకో! తగ్గిపోతుందిలే! లేకపోతే డాక్టర్ని చూద్దాం!" అంది.

వస్తున్న దుఃఖాన్ని – చెప్పాలనిపించిన మాటలని – తాగే నీళ్ళతో పాటు గొంతులోకి తోసేసి సరే అన్నట్లు తల ఊపాను. నా చేతిలో గ్లాస్ తీసుకుని టేబుల్ పైన పెట్టి "ఏదయినా కావలంటే పిలు" అంటూ వెళ్ళిపోయింది. సెల్ చేతిలోకి తీసుకుని ఇందాక టైప్ చేస్తున్న మెసేజ్ డిలీట్ చేసి రిప్లై ఇచ్చాను – 'ఐ యామ్ సిక్ విత్ సివియర్ ఎలర్జీస్. సారీ మ్యాన్! రాలేను'.

తానా మాసపత్రిక – జూలై 2015

గోదావరి తీరంలో!

గోదావరిని చూడకుండా రోజు గడవదు నాకు. ఉదయం వేళ ఇంటినుండి బయలుదేరి ఆ నది ఒడ్డున ఓ అరగంట గడిపాకే పనిలోకి వెళ్ళడం. స్కూటర్ పార్క్ చేసి పుష్కర్ ఘాట్ గట్టుపైకి చేరుకున్నాను. అల్లంత దూరం నుండి అలలు అలలుగా కదలివస్తోంది గౌతమి! రోజు ఎలా గడుస్తుందన్న చింతలేని తల్లి మహా కులాసాగా సాగిపోతోంది. రోజు గడిచేలోగా నా ఫంక్షన్ హాలు కోసం ఓ రెండు మంచి బేరాలైనా రాకపోతాయా అని నా మనసు ఒకటే చింతపడుతోంది.

నీటిపై ఎగిరే పక్షులు – అలలపై కదులుతూ అక్కడక్కడా పడవలు – ఈ గట్టు ఓ పట్టాన నన్ను కదలనియ్యదు. సంసార జంజాటంలో పడకుండా ఈ గట్టున ఓ చెట్టులానో – లేదా అదిగో ఆ విభూది, కాషాయవస్త్రాల సన్యాసిలానో వుండి వుంటే – నిత్యం ఆ తల్లిని చూస్తూ ఈ ఒడ్డునే పడివుండేవాడినేమో! బ్రిడ్జ్ పైనుండి రైలొకటి రాజమండ్రి రైల్వేస్టేషనుకేసి దూసుకు వెళ్తోంది. రైలు కిటికీలనుండి విసురుతున్న నాణాలు గోదావరిలోకి చెంగుచెంగున దూకుతున్నాయి. చూస్తుండగానే రైలు కనుమరుగైపోయింది.

నాణాలు, డబ్బులు అనుకోగానే మళ్ళీ గోదావరిలోనుండి జీవితంలోకి వచ్చిపడినట్లైంది. ఈ సంవత్సరం పెళ్ళి ముహూర్తాలు మరీ తక్కువ. ఓ రెండు మంచి పెళ్ళి పార్టీలు వస్తేగాని నా కొడుకు కాలేజ్ డొనేషన్‌కి కావలసిన డబ్బులు

రావు. లక్షలు పోసి అబ్బాయికి ఇంజనీరింగులో సీటు కొనితీరాలని పట్టుబట్టింది నా భార్య. అరకొర మార్కులతో ఇంటరు మరి ఎంట్రన్సూ కానిచ్చి ఇప్పుడా ఇంజనీరింగులో చేరకపోతే మా వాడికి నలుగురిలో అవమానం. వాడి మనసు నొచ్చుకుంటే వాళ్ళమ్మకి ప్రాణాంతకం.

అమ్మాయి విషయంలోనే నయం. ఓ పద్ధతిగా నడుస్తోంది. పుట్టినప్పటినుండి ఘనంగా పంపించాలి... ఘనంగా పంపించాలి... అంటూ మా ఆవిడ బంగారం పోగుపోస్తూ – కట్నకానుకలకంటూ వెనకేస్తునే వుంది. ఆడంబరాలకు పోయి డబ్బున్నవాడు ఖర్చు పెడితే – వాడిని అనుకరించి అప్పులు చేసి మధ్యతరగతివాడు అదేరకంగా ఖర్చు పెడుతున్నాడు. వీళ్ళు చేస్తున్నారని వాళ్ళు... వాళ్ళు చేస్తున్నారని వీళ్ళు. ఏదయితేనేమి... ఎవరెలా పోతేనేమి – ఇవన్నీ నా బిజినెస్సుకి అనుకూలంగానే వున్నాయి.

ప్రశాంతంగా గడపాల్సిన ఈ కాస్త సమయం కూడా ఆలోచనలతో అశాంతి నింపుకున్నాననిపించింది. గట్టు దిగి, స్కూటరెక్కి హాలు చేరుకున్నాను.

★★★

వేస్తే గీస్తే మూడో అంతస్తే వెయ్యాలి తప్ప – అటూ ఇటూ ఎదగడానికి లేని ఈ చిన్న ఫంక్షన్ హాలుకి ఓనర్‌ని నేను. బర్త్ డే పార్టీలని, ఓణీల వేడుకలని, పంచల పండుగలని బేరాలు బానే కుదురుతాయి కానీ పెళ్ళి పార్టీలే ఓ పట్టాన కుదురుకోవు.

నిన్న పంచల పండుగ వాళ్ళు వొదిలి వెళ్ళిన కుర్చీలు, వేదిక అలంకరణలు అలాగే వున్నాయి. ఎక్కడ పడితే అక్కడ వున్న వాడిన పూలు, అక్షింతలు నీలమ్మ తుడిచి శుభ్రం చేస్తోంది.

అదుగో ఎవరో రానే వచ్చారు. కారులోంచి దిగుతున్న ఆ ఇద్దరు పెద్ద మనుషులని స్వయంగా ఎదురెళ్ళి ఆహ్వానించాను. క్రింద హాలు, పైన రెండో అంతస్తు దగ్గరుండి మరీ చూపించాను. పైన మొగ పెళ్ళివారికి విడిది గది మరోటి వుంటే బావుండేదని చర్చించుకున్నారు. ఎంతవుతుందన్నారు. చెప్పాను. మెట్లు దిగి వచ్చాక కాస్త దూరంగా వెళ్ళి లోగొంతుకతో నాకు వినిపించకుండా చర్చించుకున్నారు. తిరిగి నా దగ్గరకు వచ్చి హాలు చిన్నదవుతుందని – లిస్ట్‌లో వున్న మరో హాలు ఒక వేళ కుదరక పోతే మళ్ళీ వచ్చి ఎడ్వాన్స్ ఇస్తామని చెప్పి

వెళ్ళారు. అప్పటికీ మీలాగే మరో ఇద్దరు చూసుకుని వెళ్ళారు – సాయంత్రానికి ఏ సంగతి చెప్తామన్నారు అన్నాను. మీరొచ్చేవరకూ వుంటుందని నమ్మకంలేదు – గ్యారంటీ ఇవ్వలేను – అంటూ బింకాలు పోయాను.

ఫోన్ చేసి నిన్న పంచల పండగ వాళ్ళు వొదిలి వెళ్ళిన కుర్చీలను అలంకరణ సామాగ్రిని తీసుకు వెళ్ళమని గుర్తు చేసాను. ఆ చెత్త అలాగే వుంటే కుదిరే బేరాలు కూడా వెనక్కిపోతాయి.

తీరికగా వేసిన ఆదాయం ఖర్చు లెక్కలే మళ్ళీ మళ్ళీ వేస్తూ కూర్చున్నాను. ఈ లెక్కన మా వాడి ఇంజనీరింగ్ చదువు ఎండమావిలాగే వుంది. రెండు గంటల సమయంలో ఓ బర్త్ డే పార్టీ ఫోన్ కాల్ లోనే సెటిల్ అయింది. ఆదాయం ఖర్చు మరో సారి అటూ ఇటూ సర్దడమైంది. వేలతో తేలే సమస్య కాదు నాది. సాయంత్రం అయ్యేలోగా నా సతీమణి ఏదో ఒక వంక పెట్టి ఫోన్ చేస్తుంది. ఏదన్నా మంచి వార్త చెపుతానేమోనని. తన ఆశ తనది. అవసరమైతే అప్పు చేసైనా చదివించాల్సిందే!

తెలిసిన పురోహితుడుగారికి ఫోన్ చేసి ఏ రోజుల్లో ముహూర్తాలు వున్నాయి – ఎందుకు ఈ మారు తక్కువున్నాయి – మళ్ళీ ఎప్పుడు ముమ్మరంగా వుంటాయి లాంటి ప్రశ్నలు వేసి విసిగించాను. అయినా అందులో విసుక్కోవడానికేముంది? అతడి దగ్గరికి పెళ్ళి జరిపించమని వెళ్ళే వాళ్ళు హాలు కోసం అడిగితే నా పేరు చెపుతాడు. పురోహితుడి గురించి అడిగితే నేను అతడి పేరు చెపుతాను. అలాగే హాలు డెకరేషన్, పెళ్ళికి కావలసిన వస్తుసామాగ్రి వాళ్ళతో మాకు లింకులు వుంటాయి. బిజినెస్‌లో ఈ రకం సదుపాయం లేకపోతే జీవితాలు గడవడం కష్టం.

ఒంటిగంటకి ట్రక్కులో వచ్చి నిన్నటి పంచల పండుగ తాలూకు కుర్చీలు, అలంకరణ సామాను వేసుకెళ్ళారు. హాలు శుభ్రపడింది. ఈ పంచల వేడుకలు మా చిన్నతనంలో వున్నట్లు గుర్తులేదు. ఆ మధ్య మా ఆవిడ ఓ సినిమా హీరో రిసెప్షన్ వీడియో చూసిందిట. డెస్టినేషన్ వెడ్డింగ్ అంటూ అమ్మాయి అబ్బాయి తరుపు వాళ్ళు చెరో పదిమంది వెళ్ళి పెళ్ళి చేసుకొచ్చారుట. రిసెప్షన్‌లో ఆ పెళ్ళికూతురు, తల్లి, అత్తగారు ఎక్కడా బంగారు నగలు వేసుకోలేదుట. పూసలతోనో రాళ్ళతోనో ఓ ఫ్యాన్సీ నగ, మరింక ఫ్యాన్సీ చీరలుట. పట్టుచీరలు కూడా కావు అంటూ బాధ పడింది. చూస్తుంటే ఈ అతి ఖర్చులు, ఆడంబరాల విషయంలో వున్నవాళ్ళకే మంచి నియంత్రణ వున్నట్లుంది.

చదివిన పేపరే మళ్ళీ మరో మారు చదివాను. తల టేబుల్ పైన పెట్టుకుని కుర్చీలోనే చిన్న కునుకు తీసాను. స్కూటర్ చప్పుడుకి మెళుకువొచ్చింది. గడియారం నాలుగు గంటలు కొడుతుండగా బయట స్కూటీ ఆపి, సల్వార్ కమీజ్ వేసుకున్న ఓ ఇరవయేళ్ళ అమ్మాయి లోపలికి వచ్చింది.

కళకళలాడే ముఖం. చక్కని చిరునవ్వు. వచ్చీరాగానే హడావిడిగా “మార్చ పన్నెండో తారీఖు ముహూర్తానికి హాల్ వుందా అండీ!” అంటూ అడిగింది. కూర్చోమని చెపుతూ పెళ్ళెవరిదని అడిగాను.

"నాదేనండి. సడన్‌గా కుదిరింది. ఇంక రెండు వారాలే... ఎక్కువ టైం లేదు" అంటూ నవ్వింది.

హాలుకోసం స్వయంగా పెళ్ళికూతురే రావడం ఇదే మొదటి సారి. రిజిస్టర్ తీసి చూసాను. "వుందమ్మాయ్ – నువ్వు అడిగిన రోజున ముహూర్తానికి హాలు వుంది. అదే రోజుకోసం అడుగుతూ సాయింత్రం మరో ఇద్దరు వచ్చి చూస్తామని ఫోన్ చేసారు కూడాను. మీ నాన్నగారు కూడా వచ్చుంటే..." అంటున్న నన్ను ఆపేస్తూ...

"నాన్నగారు లేరండి. లాస్ట్ ఇయర్ పోయారు. అమ్మ, అమ్మమ్మా ఇంటి దగ్గర పనులు చూసుకుంటున్నారు. ముంబై నుండి అక్క కుటుంబం, ఇతర దగ్గర బంధువులు రావడానికి ఇంకో నాలుగు రోజులు పడుతుంది. వివరాలు చెప్పండి. మా వాళ్ళకో ఫోన్ చేసి చెప్పి ఎడ్వాన్స్ ఇచ్చేస్తాను" అంది గబగబా.

మామూలు ధరని ఇంకాస్త పెంచి సుమారుగా రెండు రోజులకి ఎంతవుతుందో చెప్పాను.

‘అమ్మో! అంతా!’ అన్నట్లు కళ్ళు పెద్దవి చేసిచూసి "చాలా ఎక్కువేమోనండి. మా బడ్జెట్ దాటిపోతోంది. ఓ సారి మా హైద్రాబాద్ పెద్దనాన్నగారితో మాట్లాడుదురుగాని. ఈ ఏర్పాట్లు అన్నీ ఆయనే చూసుకుంటున్నారు" అంటూ వెంటనే ఆ అమ్మాయి వాళ్ళకి ఫోన్ చేసింది. అటువైపు నుండి పెద్దనాన్నగారు అపార్ట్మెంట్ అసోసియేషన్ వాళ్ళ మీటింగుకి వెళ్ళారని, రాగానే చెపుతానని అన్నారు. “చాలా అర్జంట్ దొడ్డ, రాగానే కాల్ చెయ్యమను” అంటూ ఫోన్ ఆఫ్ చేసింది. ఆ సంభాషణ అంతా స్పీకర్ ఫోన్‌లో నడిచింది.

లౌక్యం తెలియని వయసు మనసులో మాట చెప్పింది. "నాన్నగారి కోరికండి. రాజమండ్రిలోనే నా పెళ్ళి జరపాలని" అంటూ వుండగా ఆ అమ్మాయి ఫోన్ మ్రోగింది. ఆతృతగా చూసాను.

"ఆ! అమ్మమ్మా! సూపర్ మార్కెట్ వాళ్ళకి ఫోను చేసి వివరాలు చెప్పమను అమ్మని. నేను వస్తూ సరుకులు ఆటోలో వేయించుకొచ్చేస్తాను." చూస్తుంటే పెళ్ళి పనులన్నీ తనే చేసుకుంటున్నట్లుంది.

ముహూర్తానికి ఎక్కువ టైం లేదు. పెళ్ళి రాజమండ్రిలోనే జరగాలి. అన్నీ అనుకూలంగానే వున్నాయి. ఆ పెద్దాయనతో మాట్లాడి ఓ పాతిక వేలు తగ్గిస్తే సరిపోతుంది. ఇదేదో తేలగానే మా ఆవిడకి నేనే స్వయంగా ఫోన్ చెయ్యొచ్చు. పిచ్చిమొద్దు కొడుకు చదువు కోసం ఆరాటపడిపోతోంది.

అప్పటి వరకు నిల్చుని మాట్లాడుతున్నది కాస్తా ఆ అమ్మాయి ఫోన్ పక్కన పెట్టి నింపాదిగా సోఫాలో కూర్చుంది.

హాలు ఎలాగైనా కుదిరి పోవాలన్న ఆశ అమ్మాయి మొహంలో – ఈ బేరం కుదిరిపోతే బావుండునన్న కోరిక నా మనసులో. ఆశావాదంతో తల ఎత్తి గోడ గడియారం కేసి చూస్తూ తను – గుంభనంగా పేపర్లో తల దాచుకుని నేను – రాబోయే ఫోన్ కాల్ కోసం ఎదురు చూడసాగాం.

ఒకటి... రెండు... మూడు... ... ... క్షణాలు యుగాలుగా మారుతున్న ఆ నిశ్శబ్దంలో ట్రింగుమంటూ ఫోన్ మ్రోగగానే ఇద్దరం ఒకేసారి ఉలిక్కిపడి తేరుకున్నాం.

నా కేసి నవ్వుతూ చూస్తూ – స్పీకర్ ఫోన్ బటన్ నొక్కి "హలో!" అంది.

అటునుంచి మగ గొంతు "అమ్మడూ! ఎక్కడున్నావమ్మా?" అంటూ ప్రశ్నించింది. ఆ అమ్మాయి ఒక్కసారిగా ఉలిక్కిపడి కంగారుగా లేచి నిల్చుని "ఆ! మావయ్యగారు..." అంది.

"ఇంటికొచ్చేసావా తల్లీ?"

"లే... లేదండి. ఇక్కడ పెళ్ళి హాలుంటేను బుక్‌చెయ్యడానికి వచ్చాను. మా ఇంటికి చాలా దగ్గరేనూ. భీముడు పెద్దనాన్నగారి ఫోన్ కోసం ఎదురు

చూస్తున్నాను. హాలు ఓనర్‌గారు పెద్దవారెవరితోనైనా మాట్లాడుతానని అన్నారు. అందుకే..."

"రోజుకి ఎన్ని లకారాలు చెపుతున్నారేమిటీ?" అంటూ అటు వైపు నవ్వు వినిపించింది. వెంటనే "సరేగాని, నేనిక్కడ ముంగండలో కళ్యాణమండపం కుదిర్చేసాను. ఇక నువ్వింటికి వెళ్ళిపో!" అన్నారాపెద్దమనిషి.

ఆ మాటతో నా గుండెల్లో ఆశ గప్పున ఆరింది. తిరిగి దాన్ని వెలిగిస్తూ ఆ అమ్మాయి కంగారుగా "నాన్నగారు నా పెళ్ళి రాజమండ్రిలో అనుకునేవారు కదండీ!" అంది.

"ఏ ఊరయితేనేమిటి తల్లీ! అంతా గోదావరి తీరమేగా! చక్కని పల్లెటూరు. ఇక్కడైతే కాస్త ఖర్చు కూడా కలిసివస్తుంది. ఎవరు తిన్న సొమ్మనీ!" అన్నారాయన. దాంతో నా ఆశ పూర్తిగా కొండెక్కింది.

"మీ పెద్దనాన్నగారితో నేను మాట్లాడుతానులే. నువ్వింక ఇంటికి వెళ్ళు. ఇది నీ పెళ్ళమ్మా! నువ్వు పెళ్ళికూతురివి. కొబ్బరిబోండంతో మా ఇంటికొచ్చేవరకు ఏ పనీ ముట్టుకోవద్దు. ఆ పనులేవో ఇటు నాకు, నాలుగు రోజుల్లో వస్తున్నారుగా, వచ్చాక అటు మీ పెద్దవాళ్ళకి అప్పచెప్పు. కాబోయే మామగారిగా కాదు... నీ తండ్రిగానే చెపుతున్నాననుకో! సరేనా మరీ!" – అన్నారాయన అటువైపు నుండి.

“అలాగే మావయ్యగారు" అంటూ ఫోన్ ఆఫ్ చేసి – నాకేసి చూస్తూ కాస్త మొహమాటంగా నవ్వి "మరొస్తానండి" అంది.

అలా నా నిరీక్షణ మళ్ళీ మొదటికొచ్చింది. పరోక్షంగానైతేనేమి గొప్ప మనసున్న మనిషిని పరిచయం చేసి ఆ అమ్మాయి వెళ్ళిపోయింది.

అముద్రితం 2023

చక్కని తండ్రికి చాంగుభళా!

"బోళాశంకరుడిని చేసి అందరూ మా శివయ్యని ఆటపట్టించేవాళ్ళే!"

"ఇంతకీ ఏమైంది అమ్మాయీ?"

"అది కాదు అబ్బాయీ! ఎంత నిందాస్తుతి అయితే మాత్రం ఆయన రూపురేఖలను గేలిచేస్తూ ఎన్నెన్నో పాటలు కదా!"

"రూపురేఖలను కాదుగా ఆహార్యాన్ని మాత్రమే! శరణు కోరితే ఎక్కడెక్కడి వారికో తన ఒంటి పైన ఆశ్రయమిచ్చి అలా కనపడతాడు కానీ! ఆయనకేమి?! అమ్మవారు నలుపు, అయ్యవారు తెలుపు, తెలుసు కదా! ఈ సృష్టి నలుపు తెలుపుల కలయిక అని చెప్పే అర్ధనారీశ్వరతత్వం. మింటి నుండి దూకే గంగమ్మని భరించాడంటే ఎలాంటి దేహధారుఢ్యం, ఎంత ఒత్తైన కేశ సంపదో కదా!"

"నిజమే! విష్ణువేమో అలంకార ప్రియుడు. ఈయనేమో కట్టుకునేది ఏనుగు చర్మం, రాసుకునేది బూడిద పూత. గౌరిని వివాహమాడేందుకు వస్తూ – విష్ణువు అడిగిన మరుక్షణం ఒకే ఒక్కసారి పెళ్ళికొడుకు అలంకరణలోకి మారుతాడుట. ఆ తరువాత ఈయనని చూసి విష్ణువే అసూయపడతాడుట!"

"ఆ విషయం కాళిదాసు కుమారసంభవంలోను, శ్రీనాథుడు హరవిలాసంలోను వ్రాశారుగా! అవును, అదే విషయం నువ్వు కథగా వ్రాయొచ్చుగా! మూలకథని

మార్చకుండా కాస్త కల్పనని జోడించి అబ్బాయి అలంకరణకి ప్రాధాన్యతని ఇచ్చి!"

"ఊఁ! నిజమే సుమా! మంచి సలహా! మల్లాది రామకృష్ణశాస్త్రిగారు వ్రాసి, ఘంటసాలగారు పాడిన ఆ యక్షగానం ఓ మారు పెట్టకూడదూ! లోకోన్నత మహోన్నతుని తనయా! అంటూ ఆలోచనలలోకి ఆ గిరికన్య రావాలే కానీ వెనువెంటే ఆ శంకరుడు కూడా విచ్చేస్తాడు కదా!"

★★★

ఆనాటి ప్రత్యూష వేళ, ఉషస్సు తొలి వెలుగు రేఖలు ఔషధ వృక్షాల లేత చిగుళ్ళను మరింత ఎరుపుచేస్తున్నాయి. ఆ చిరు కెంజాయ వెలుగు ధాటికి ధ్యానంలో వున్న తాపసి రాగివర్ణ జటాజూటం అగ్నిశిఖని మరిపిస్తోంది.

కమండలంలో కొత్తనీరు నింపి, పరిసరాలను శుభ్రపరచి, పుష్పాలతో పూజించే ప్రయత్నంలో ఎదుట నిలచివుంది గిరికన్య. అన్యమనస్కినైయున్న ఆమె విశాల నేత్రాలు తేజోవంతమై వెలుగుతున్న పరమశివుడి వదనం పైన చలిస్తున్నాయి. ఆనాడు ప్రత్యేకంగా కల్యాణ సౌగంధికాలను ఏరి తెచ్చింది. వాటి సుగంధ పరిమళాలకి అతడికి ధ్యానభంగం అవుతుందేమోనన్న వెరపు కూడా ఆమెకి అప్పుడే కలిగింది.

ఆ ఘడియల కోసమే ఎదురుచూస్తూ అల్లంత దూరంలో నిలిచివున్న సుమచరుడు అచ్చెరువొందాడు. ఆనాడతడు కూడా పూలబాణాన్ని చివురు గరికలతో, లేమావిపూవులతో మరింక శ్వేతసౌగంధికలతో శ్రద్ధగా అలంకరించాడు. గిరిపుత్రి చేతిలో కూడా ఆ విరులే కనబడి, అన్నీ శుభసూచనలే అనిపించాయి అతగాడికి.

కలవరపడుతున్న రతీదేవికి కళ్ళతోనే నచ్చజెప్పాడు. దేవతల తరపున నిలిచి అడిగిన ఇంద్రుడికి మాటిచ్చివున్నాడు. ఆ ఆది దంపతులను తిరిగి ఒక చోటికి చేర్చడమే ఇప్పుడతడి ఏకైక లక్ష్యం. ఇక వెనుకంజ వేసేదిలేదు. ఆ వింటినారిని వీడిన పుష్పశరానికెన్నడూ తిరుగులేదు. అది కలిగించే సమ్మోహనానికి మరింక ఎదురులేదు. అప్పుడూ అదే జరిగింది.

పరమశివుని కనులు విచ్చుకున్నాయి. ఆర్తిగా చూస్తున్న పార్వతి నయనాలతో చూపులు పెనవేసుకున్నాయి. ఆ పద్మనయని ముగ్ధమోహన రూపాన్ని

మంత్రముగ్ధుడై చూస్తుండిపోయాడు. లజ్జతో తత్తరపాటుతో ఆమె కనురెప్పలు బరువెక్కినాయి. మోహం కాలాన్ని ఒడిసిపట్టే ప్రయత్నం చేసి విఫలమైంది. శంకరుడు తేరుకున్నాడు. మనసు చలించిన కారణం తెలిసీతెలియగానే ముక్కంటి మూడో కన్ను తెరుచుకుంది. వెన్నంటి వున్న రతీదేవిని చూచి గ్రహించుకునేలోపునే జరగాల్సిన విధి జరిగి పోయింది. మన్మథుడు భస్మమై అశరీరుడైనాడు.

★★★

పెళ్ళికుమారుడు వచ్చే సమయమాసన్నమైంది. దారి పొడవునా పందిళ్లతో తోరణాలతో అలంకరించి పూల తీవాచీలు పరిచారు. మన్మథుడి విఫలయత్నం – ఆ పిమ్మట అత్యంత కఠిన తపస్సు చేసి గిరిరాజతనయ శివుడి మనసును గెలుచుకున్న తీరు – ముందే తెలిసివున్న సర్వజనావళి అతగాడిని చూచేందుకు అత్యంత కుతూహలంతో మిద్దెల పైన, మేడల పైన, మరింక దారి పొడుగునా నిలిచి ఎదురుచూడసాగారు.

స్వయాన ఆ ఆదిదేవుడే మేనాదేవి, పర్వతరాజులకి అల్లుడు కాబోతున్నాడుట అంటూ బంధుజనం కూడా పెళ్ళికొడుకై తరలివస్తున్న ఆ పరమేశ్వరుడిని చూసేందుకు వేగిరపడసాగారు. అప్పటి అచ్చటి కోలాహలం మిన్నంటినట్లే వుంది, దేవతలు కూడా అత్యంత ఆసక్తితో గగనతలం పైనుండి చూడసాగారు.

మొదట బ్రహ్మదేవుడు ఆయన వెనుక విష్ణుమూర్తి ఆ వెనువెంటే ప్రమథగణాలూ కదలి వచ్చారు. వారి వెనుకగా వస్తున్న రుద్రగణాన్నీ వారి అనాగరిక బాహ్య రూపాలను, చేష్టలను నివ్వెరపోయి చూస్తున్న జనమంతా వారి మధ్యలో నందీశ్వరుడిని అధిరోహించి వస్తున్న ముక్కంటిని చూచి ముక్కున వేలేసుకున్నారు.

ధరించినదా ఏనుగుచర్మము. ఒంటినిండా మరింక బూది పూత. సంస్కారము లేక జడలు గట్టిన కేశపాశములు. ఏనాడు పుట్టినాడో ఎవరికి పుట్టినాడో తెలియదుట! తల్లితండ్రుల సంరక్షణ లేనివాడు పాపం అని సరిబెట్టుకుందామనుకున్నా ధరించిన ఆభరణములు కేవలం పాములే! ఇదేమి పెళ్లికొడుకమ్మా? చిన్నపిల్ల పార్వతిది తెలియనితనం కావొచ్చు! ఆ హిమరాజెట్లు ఒప్పుకున్నాడు? ఆ తల్లి ఎట్లంగీకరించినది?! అంటూ చూస్తున్న సమస్త జనం

గుసగుసలు పోసాగారు. కొందరు నిరాశపడినారు. మరికొందరు కోపగించినారు. ఇంకొందరు నవ్వుకున్నారు.

కాబోయే బావగారిని ముందుగా చూడవలెనన్న కుతూహలంతో వీధి చివరన ఎదురు చూస్తున్న చిన్ని అమ్మాయిలు కొందరు వేగంగా వెనుకకు తిరిగివచ్చారు. పెళ్ళికొడుకు రూపురేఖలను వర్ణించి వర్ణించి ఇతర బంధుజనానికి చేరవేశారు. ఒక నోటికి వంద చెవులుగా వార్త పాకిపోయింది. పెళ్ళికుమారుడిని చూడవలెనన్న వారందరి ఆతృతలో ఇప్పుడు సరికొత్త కుతూహలం వచ్చిచేరింది.

★★★

సంప్రదాయ అలంకరణలో సమర్థవంతులైన ఓ ఇరువది మంది పుణ్యవతులను అప్పటికే మేనాదేవి నియమించి వున్నది. అభ్యంగన స్నానానికి, అలంకరణకి కావలసిన వస్తువులు, పట్టువస్త్రములు చేకొని వారంతా పెళ్ళికుమారుని విడిదికి కదలివెళ్ళారు.

తీరా వెళ్ళినవారు తీరికూర్చుని ఎదురుచూస్తున్న హరుని సమీపించడానికే వెనుకాడసాగారు. అందచందాలు సరే! యోగ్యుడయిన పురుషునికి రూపురేఖలతో పని యేముంది? ఇక వస్త్రధారణ అంటారా! అది కూడా సరిపెట్టుకొనవచ్చు! కానీ... కానీ... ఆ నాగులేమిటమ్మ? ఎవరు సాహసించి వాటి జోలికి పోగలరు? నీవు ముందు కదులు, నీవెనుకే నేను వస్తానంటూ ఒకరినొకరు తోసుకుంటారేగాని కోరికోరి ఎవరు విషముతో ఆడుకొంటారు?

“తప్పుకోండమ్మా! అబ్బాయిని మమ్మల్ని సింగారించనివ్వండి!” విని అందరూ ఆశ్చర్యంగా వెనుతిరిగి చూసి వస్తున్నవారికి దారినిచ్చారు. ముందుగా కుంకుమ వన్నె చీర ధరించిన ఓ పెద్ద ముత్తైదువు, ఆమె వెనుకే మరో ఆరుగురు ముత్తైదువులు, వారి వెనువెంటే మరో ఇరవైఏడుమంది లలనామణులు కదిలి వచ్చారు. వీరందరిని మునుపెవ్వరూ చూచి వుండలేదు. వారిని చూసి పరమేశ్వరుడు చిరునవ్వు నవ్వడంతో ఖచ్చితంగా పెళ్ళికుమారుని తరుపువారే అని నిర్ధారణ అయింది.

“పెళ్ళికుమార్తె తరపు వారిని నిరాశపరచకూడదు నాయనా! మమ్మల్ని నిన్ను అలంకరింపనివ్వు” అంటూ ముత్తైదువులు అభ్యంగన స్నానానికి కావలసిన

వస్తుసామాగ్రితో పెళ్ళికుమారుడిని స్నానశాలకి తరలించారు. మిగిలినవారు అలకరణకు కావలసినవాటిని సమకూర్చుకోసాగారు.

అప్పటికే ఇక్కడ జరుగుతున్న జాప్యం – దానికి గల కారణం – తెలిసి బెంబేలుపడుతూ విడిదికి వచ్చిన మేనాదేవి పెద్ద ముత్తైదువుని జూసి "అమ్మా అరుంధతీ! వచ్చారా తల్లీ!" అంటూ ఆనందం ప్రకటించింది. పిల్లనిమ్మని అడిగిరమ్మని హరుడు అరుంధతిని సప్తఋషులతో పాటు మేనాదేవి హిమవంతుల వద్దకు పంపించి వున్నాడాయే! అరుంధతి పరిచయం చేసిన తక్కిన ఋషిపత్నులను, చంద్రసతీమణులను పేరు పేరున పలకరించి మేనాదేవి సంతృప్తిగా తిరిగివెళ్ళింది.

హరుని శరీరంపైనున్న ప్రతి నాగుని అరుంధతీదేవి తాకీతాకగానే బంగారు ఆభరణంగా మారి వెండిపళ్ళెంలోకి చేరుకున్నాయి. మెడలోని వాసుకి కంఠాభరణమై, మిగిలిన నాగులన్నీ దండ కడియాలుగాను, చేతి కంకణాలుగాను, చెవి భూషణాలుగాను మారితే వాటి మణులు మణులుగానే మిగిలి మరింత శోభ చేకూర్చాయి.

నలుగులు నలిపి, కురులు శుభ్రపరచి, ఇదే మహదావకాశం అన్నట్లు పోటీలుపడి బిందెలతో నీరుపోస్తూ ముత్తైదువులందరూ తృప్తిగా ఆ మహాదేవునికి అభిషేకాలు చేశారు. సతిని పోగొట్టుకొని విరాగిగా ఎన్నెన్నో క్షేత్రాలు తిరిగి తిరిగీ పిచ్చితండ్రి ఎంత వేతనపడ్డాడోకదా! ఈ రోజుతో ఆ వేదనలన్నీ కొట్టుకునిపోవాలి సుమా! అని అరుంధతి మనసులోనే కోరుకుంది.

స్నానానంతరం పాలమీగడ వర్ణపు దేహఛాయకు మరింత వన్నెతెచ్చే కెంపురంగు అంచున్న పసుపుపచ్చని పట్టువస్త్రము ధరించి అలంకరణ పీట వద్దకు నడచివస్తున్న ఆజానుబాహుడైన కైలాసవాసుని ఇతడతడేనా అన్నట్లు నివ్వెరపడి చూశారు ఆ విడిది మందిరంలోనివారంతా. ఆ పిమ్మట వారి సనసన్నని మాటల ధ్వని క్రమేణా అణగారిపోయి జరుగుతున్నదంతా కళ్ళు విప్పార్చుకుని చూస్తుండిపోయారు.

చంద్రసతీమణులు ఇద్దరుగా ముగ్గురుగా జతపడి ఫాలాక్షుని అలంకరణకు పూనుకున్నారు. తైలమర్దనంతో మెత్తబడి కుంకుళ్ళ ధాటికి శుభ్రపడి సాంబ్రాణి

ధూప సెగలకి జలజలా విడివడి హరుని ఒత్తైన కేశసంపద వెన్నుభుజాలను కప్పివేస్తూ కూర్చున్న అతగాడి నడుము వంపుదాకా వచ్చివాలింది. నుదిటి పైనుండి దువ్వి కొంత భాగం ఒడిసిపట్టి ఒకరు ముడిచుట్టితే మరొకరు పచ్చని చామంతుల దండని ఆ కొప్పు చుట్టూ తిప్పికట్టారు. దానితో అతడి తీరైన నుదురు, శ్రీకారం వంటి చెవులు, సూదంటురాయంటి నాసిక మరింత స్పష్టమయినాయి.

అప్పటివరకు కళ్ళు చిట్లించుకుని చూస్తున్న ఓ వృద్ధురాలు "ఎవరన్నారు ఇతడనాదివాడని? ఇరువది ఏళ్ళ కుఱ్ఱకుంకవలెనున్నాడు సుమీ ఈ శివయ్య!" అంటూ గొణిగింది. తక్కినవారికి అది నిజమే సుమా అనిపించింది.

తారలిద్దరు కాళ్ళకు లత్తుకను అద్ది పారాణి తీర్చితే మరి నలుగురు సిరిచందనానికి కస్తూరి వంటి పరిమళ ద్రవ్యాలను చేర్చి హరుని మేనికి అలిమారు. పుష్యమి చనువుగా చెంపలకు కేసరిని అద్దింది. కృత్తిక తన కుడిచేతి మూడువేళ్ళని దగ్గరగా చేసి నుదుట వీభూదిని లేలేతగా తీర్చితే, ఫాలమధ్యాన నిలువునా తిలకాన్ని తీర్చి రోహిణి అతగాడిని పెళ్ళికొడుకుని చేసింది.

హారమై వేచి చూస్తున్న వాసుకి శివుని మెడపైనుండి జారి విశాల వక్షస్థలం పైకి చేరి వన్నె చేకూర్చాడు. మిగిలిన ఆభరణాలు వాటి వాటి స్థానాలకి చేరుకోవటంతో భుజంగభూషితుడు కాస్తా స్వర్ణాలంకార భూషితుడై వెలుగొందాడు. అప్పటివరకూ ఊపిరి నిలిపి చూస్తున్న పార్వతి చెలులు, సఖులు, బంధువనితలు విడిచిన నిశ్వాసాలతో వాతావరణంలో తిరిగి సందడి నెలకొన్నది.

చుబుకాన్ని ఎత్తిపట్టి, చెంపలను వత్తిపట్టి కాటుక దిద్దుతున్నప్పుడు అరమోడ్చిన ఆ కనురెప్పల అంచులపైన వున్న లేత నీలి వర్ణాన్ని చూసి ఇతడెంత సహజ సౌందర్యవంతుడో కదా! అని భరణి మురిసిపోయింది. కాటుకలు దిద్దిన ఆ నయనాలు కనుకొనలనుండి సాగి కలువరేకులవలే విచ్చుకుని ఆకర్ణాంతములలో సన్నబడి కొత్త సొగసులు సంతరించుకున్నాయి. అప్పటి వరకూ తన పతి సౌందర్యం హెచ్చా మరింక హరునిదా అన్న మీమాంసతో కొట్టుకుంటున్న అశ్వని మనోభావనలో వెలవెలబోతున్న చంద్రుని రూపం వచ్చి నిలిచి ఆమె అనుమానం తీర్చివేసింది.

దగ్గర నిలిచి పర్యవేక్షిస్తున్న అరుంధతీదేవి "అమ్మాయి! దిష్టిచుక్క!" అంటూ ఫల్గుణి చెవిలో సన్నగా గుర్తుచేసింది. కేసరినలదిన ఆ పాల వర్ణపు చెక్కిళ్ళపైన కాటుక చుక్క కుదురుగా అమరింది. మొదటినుండీ అంతా గమనిస్తున్న పార్వతికి వదిన వరుసైన ఓ వనితకి సందేహం కలిగింది. రూపము గానీ స్థితిగతులుగానీ తెలియక మునుపే ఉమాదేవి ఇతగాడిని కోరుకున్న కారణం అంతుచిక్కక ఆమె ఆలోచనలో పడింది.

కాబోయే చిట్టిమరదళ్ళు విడిది విశేషాలన్నీ ఎప్పటికప్పుడు పెళ్ళివారింటికి చేరవేస్తూనే వున్నారు. అవేమీ పట్టని ధరణీధరకన్య ఆనందానికి ఐశ్వర్యానికి మారుపేరులా వుంది. కలహంసలు నేచిన అంచులు కలిగి, బంగారు జరీపూలు కుట్టిన సిందూరవర్ణపు పట్టుచీర కట్టి, కళ్యాణ తిలకము పెట్టి, సౌభాగ్యానికి ఆనవాలుగా వుంది. కులదేవతలకు మ్రొక్కి, పెద్దలకు నమస్కరించి, పతి ప్రేమను పొందమని ఆశీర్వదించిన వారి దీవనలను అందుకుని పెళ్ళిమండపానికి ప్రయాణమైంది.

★★★

విచ్చేసిన గరుడ గంధర్వ కిన్నర యక్ష సిద్ధ విద్యాధరా శ్రేణులు, మునివరులు మరియు అశేష జనావళి అన్నిదిక్కుల నుండి వివాహ మహోత్సవం వీక్షించే వీలుగా ఎత్తైన విశాలమైన స్థలములో పెళ్ళిమండపం నిర్మించబడింది. నాలుగు వైపులా నాలుగు స్తంభాలను నిలిపి వాటిని పసిడి ముత్యాలచేత పూలగుత్తులు విరిసిన లతలచేత అలంకరించారు. మామిడి తోరణాలు కట్టారు. పసుపుకుంకుమలతో పూలతో వేదికని తీర్చి నాలుగు వైపుల నుండి మండపాన్ని చేరుకునే వీలుగా సుగంధభరితమైన విరులతో తీవాచీలను పరచారు.

ఈ గడియ దాటితే, ఈ క్షణం కరిగితే తిరిగి చూడగలమో లేదో నన్నట్లు అందరి దృష్టి వివాహ వేదిక పైన నిలిచివున్న హరుని పైనే! అతగాడి చూపు మాత్రం హిమగిరితనయ నడిచి రాబోతున్న దారి పైనే!

మంజీరపు మువ్వలు, వడ్డాణపు చిరుగంటలు లయగా మ్రోగుతుండగా, చెలులు వెంటరాగా అశేషజనుల హర్షధ్వానాల మధ్య మందగమనయై పెళ్ళికుమార్తె వేదికపైకి ప్రవేశించింది. అలవాటులేని అలంకరణకో,

అప్పటివరకూ అందరి దృష్టి తనపైనే నిలిచివుండటం వల్లో గొప్ప ఇబ్బందికి లోనవుతున్న శంకరుడు తేరుకున్నాడు.

సిగ్గు దొంతరలను పక్కకు నెట్టి పార్వతిదేవి చెలులు అందించిన పూలహారాన్ని ఈశ్వరుని మెడలో అలంకరించింది.

చిరుదరహాసంతో చూస్తున్న ఆమె కనులనిండా అతడి రూపమే! హారాన్ని చేతపట్టి అట్టే చూస్తున్న అతడు కలవరపడ్డాడు. ఆ జవ్వని ముగ్ధమనోహర రూపాన్ని అతగాడు తీరుగా రెండు క్షణాలను మించి చూసిందెప్పుడు?! ఆ విశాల నయనాలలో కానవస్తున్న అతడి పెళ్ళికుమారుడి రూపమే కొత్తగావున్నది కానీ... ఈమె... కొత్తకాదే! తపోదీక్షలో నున్నప్పుడు అత్యంతశ్రద్ధతో సేవలు చేసినదీ ఈమే కదా! అపర్ణగా మారి కఠోర తపస్సుజేసి తన మనసుని గెలుచుకున్నదీ ఈమే కదా! ఇంకెవరు చేయగలరట్లు?! ఉద్వేగభరితమైన మనస్సుతో 'నాకోసమై తిరిగి వచ్చావా సతీ!' అనుకున్నాడు.

పాణిగ్రహణ ముహూర్త సమయమైంది. హరుడు తన దక్షిణ హస్తముతో గిరిరాజతనయ వామహస్తాన్ని అందుకున్నాడు. ఆ స్పర్శకి ఆమె తనువు పలికిన ప్రకంపనలు అతడిని కూడా చేరాయి. సతీ వియోగానంతరం హరుని అంతరంగమున దాగివున్న వేదన, ఆగ్రహం, విరహం, వైరాగ్యం అన్నింటినీ హరించివేసింది ఆ స్పర్శ. ఆమె మనసున నిండివున్న ప్రేమ, అనురక్తి, అభిమానం లోలోనకి ప్రవహించి అతడిలో ఆమె సగభాగమై నిలిచినట్లు తోచింది ఈశుడికి.

చేతులు కలిపి, చెంగులు ముడివేసుకుని అగ్నిహోమం చుట్టూ ఆ జంట ఏడు ప్రదక్షిణలు చేశారు. సప్తపది పిమ్మట పెద్దలకు నమస్కరించి ఆశీర్వాదము తీసుకొమ్మని పురోహితుడు చెప్పగానే, ఆదిదేవుడి చేత నమస్సులు అందుకోగల పెద్దలెవరున్నారు కనుక అని చూస్తున్నవారందరూ కుతూహలపడ్డారు.

పరమశివుడు చిరునవ్వుతో గౌరీసమేతుడై అరుంధతిని సమీపించాడు. ఇద్దరూ చేతులు మోడ్చి ఆమెకు నమస్కరించారు. "ప్రేమకి ప్రతిరూపాలై ఆదర్శదంపతులుగా చరితార్థులు కండి!" అంటూ ఆమె నిండుగా వారిని దీవించింది. స్వయంగా ఆదిదంపతులే ప్రణామాలు చేసిన ఈ తల్లికి ఇకపైన కొత్త జంటల చేత దర్శన నమస్కారాలు చేయించాలని, చూస్తున్న పెద్దలు

కొందరు నిర్ణయించుకున్నారు. పిమ్మట పితామహుడైన బ్రహ్మకు నమస్కరించి దీవనలందుకున్నారు. ఇంద్రాది దేవతల విన్నపాలను మన్నించి ఈశ్వరుడు మన్మథుడిని తిరిగి సజీవుడిని జేశాడు.

ఈశ్వరుని చిటికనవేలిని తన వేలితో ముడివేసి కైలాసగిరికి తరలివెళ్తున్న తనయ గౌరీదేవిని చూస్తూ మేనకాహిమవంతులు పొంగిపోయారు. గగనతలము నుండి పూలవాన కురిసింది. యక్షులు మంగళగానం చేస్తుండగా చూస్తున్న సమస్త జనావళీ సాగనంపే ప్రయత్నంలో కొత్త జంటని అనుసరించారు.

బిడియపడి భీష్మించి పెండ్లి కొడుకైనట్టి
జగమేలు తండ్రికి జయమంగళం!
జగమేలు తండ్రికి జయమంగళం!
విరులచే వరునిచే కరము చేకొన జేయు
జగమేలు తల్లికి జయమంగళం!
జగమేలు తల్లికి జయమంగళం!
జయ మంగళం! నిత్య శుభ మంగళం!
జయ మంగళం! నిత్య శుభ మంగళం!

ఈమాట అంతర్జాల మాసపత్రిక - జనవరి 2021

రీచ్ ఔట్

రేణు మరోసారి అసహనంగా ఫోన్‌లో టైమ్ చూసుకుంది. ఆమె అసహనానికి కారణం రావలసిన బస్ టైముకి రాక పోవడం ఒక్కటే కాదు. కొద్ది దూరంలో మోటార్ బైక్ పైన కూర్చుని వెకిలి చూపులతో, మాటలతో విసిగిస్తున్న ఇద్దరు యువకులు కూడా.

పక్కన నిల్చున్న పెద్దమనిషి ఇదేమీ తనకు పట్టనట్లు ఎదురుగా ఉన్న సినిమా పోస్టర్లకేసి చూస్తున్నాడు. బస్ స్టాప్ ఎదురుగుండా హోర్డింగుల పైన ఉన్న మూవీ పోస్టర్లలో అతి కురుచ దుస్తులు వేసుకుని కరీనా, కత్రీనాలు నిలబడి ఉన్నారు.

త్వరగా ఇంటికి వెళ్ళి ఫిజిక్స్ ఎసైన్మెంట్ పూర్తి చెయ్యాలి. బస్సు తొందరగా వస్తే బావుండునని వందోసారి అనుకుంటుండగా దూరంగా వస్తూ కనిపించింది. రెండడుగులు ముందుకు నడిచి అది తన బస్సు కాకపోవడంతో ఆమె నిరాశగా వెనక్కి తిరిగింది. పోస్టర్లు చూస్తున్న ఆ ఒక్కడిని ఎక్కించుకుని బస్సు కదిలింది.

బస్సు బయల్దేరగానే బైక్ వెనుక కూర్చున్నవాడు దిగి నవ్వుతూ ఆమె పక్కకి వచ్చి నిల్చున్నాడు. "ఇంకెంతసేపు వెయిట్ చేస్తావులే, ముగ్గురం కలిసి బైక్ మీద పోదాం రా!" అన్నాడు. మనసులోని ఆందోళన పైకి కనిపించకుండా జాగ్రత్తపడుతూ... వాళ్ళిద్దరినీ పట్టించుకోనట్లు నటిస్తూ... పరిస్థితి శృతి మించితే ఏం చెయ్యాలో మనసులోనే చకచకా ఆలోచించసాగింది రేణు.

పది అంకెలు లెక్కపెట్టి ఈలోగా ఏ బస్సు వస్తే అది ఎక్కడమా... లేదా... రోడ్ క్రాస్ చేసి ఎదురుగా ఉన్న రెస్టారెంటుకి వెళ్ళడమా?.. వన్... టూ... త్రీ... ...

★★★

ఆర్య కాలనీ అని రాసివున్న బోర్డు పక్కన స్కూల్ వ్యాన్ వచ్చి ఆగింది. క్లీనర్ దిగి తలుపు తీసి పట్టుకుంటే నాలుగు నుండి పదేళ్ళ వయసున్న పిల్లలు ఒక్కొక్కరే దిగసాగారు. తలుపు దగ్గరికి వచ్చిన ఐదేళ్ళ దీపుని చటుక్కున ఎత్తి... దగ్గరగా హత్తుకుని... అటూ ఇటూ ఊపి... బుగ్గపైన గట్టిగా ముద్దు పెట్టి క్రిందకి దింపాడు.

కిటికీ లోనుండి చూస్తున్న కొందరు... వెనకాలే దిగుతున్న పిల్లలు కొందరు వెంటనే గట్టిగా నవ్వారు. డ్రైవర్ క్లీనర్ కేసి చిరాకుగా చూసాడు. ఆ చూపుకి సమాధానంలా "భలే ముద్దుగుంటది పాప!" అన్నాడు క్లీనర్. డ్రైవరుకి తన ఇంటి దగ్గర స్కూలులో ఆ ఏడాదే చేరిన కూతురు గుర్తుకొచ్చింది. ఏదో అనబోయి ఊరుకున్నాడు.

అవమానం, సిగ్గులాంటి పదాలు తెలియవు దీపుకి. కానీ వాటి తాలూకు భారమేదో మోస్తున్నట్లు... కందిన మొహాన్ని దించుకుని... కాళ్ళు ఈడుస్తూ ముందుకు కదిలింది.

వ్యాన్ నుండి ఆఖరుగా దూకినట్లు దిగింది పదకొండేళ్ళ శక్తి. ఆ అమ్మాయి చూపంతా పది అడుగుల ముందు వెళ్తున్న దీపు పైనే ఉంది. ఓసారి పిలుద్దామా అనుకుని ఆగిపోయింది. అపార్టుమెంటు కాంప్లెక్స్ దగ్గర అప్పటికే ఎదురుచూస్తున్న దీపు వాళ్ళ అమ్మ దీపుని చెయ్యి పట్టి లోపలికి తీసుకు వెళ్ళడం చూసింది. గబగబా పరిగెడుతున్నట్లు మెట్లెక్కి తన ఇంటి తలుపు గడియను టకటకా కొడుతూ "అమ్మా!" అంటూ వరుసగా మూడుసార్లు పిలిచింది. "అబ్బా! ఏంటి శక్తి! ఒక్క నిమిషం ఆగలేవా?" అంటూ సవిత తలుపు తీయగానే స్కూల్ బ్యాగ్ సోఫాలోకి విసిరేసి "అర్జెంటుగా మనమిప్పుడు దీపు వాళ్ళింటికి వెళ్ళాలి" అంటూ వెనక్కి తిరిగింది. శక్తి చెయ్యిని కంగారుగా పట్టుకుని " ఏమిటా తొందర? ఎందుకో చెప్పుముందు?" అంటూ ఆపింది సవిత.

“మా స్కూల్ వ్యాన్ క్లీనర్ భయ్యా మంచివాడు కాదు మమ్మీ! దీపుని అనవసరంగా ముట్టుకుంటాడు. యూ నో – ఇట్స్ ఎ కైండ్ ఆఫ్ రాంగ్ టచ్.

ఈ రోజు ముద్దు కూడా పెట్టుకున్నాడు. దీపూనే కాదు. ఇంకా కొంతమంది చిన్న పిల్లలని అలాగే..." ఆగింది ఆయాసపడుతూ. సవిత తెల్లబోయింది.

“దీపు చాలా సాడ్‌గా వుంది మమ్మీ! మనం వెళ్ళి ఆంటీకి చెపుదాం మమ్మీ!" అంది శక్తి తల్లికేసి చూస్తూ. సవిత తేరుకుని "అలాగే వెళ్ళి ఆంటీకి చెపుదాం! నువ్వు ముందు డ్రస్ మార్చుకుని రా! రేణు వచ్చే లోపల వెళ్ళి వచ్చేద్దాం" అంది.

వయసుకు మించిన మెచ్యూరిటి – దానికి తోడు రోజూ వింటూ చూస్తూ ఉన్న వార్తలు – ఇలాంటి విషయం పైన శక్తికి ఎవేర్నెస్ ఉండటం ఆశ్చర్యంగా అనిపించలేదు సవితకి. పైగా ఎంతో కన్సర్న్‌తో, దీపు వాళ్ళింటికి వెళ్ళి చెప్పాలనుకోవడం చాలా నచ్చింది ఆమెకి. వ్యాన్‌లో వెళ్ళే మిగిలిన పిల్లల తల్లితండ్రులని కూడా కలుపుకుని కంప్లైంట్ ఇవ్వడం మంచిదని నిర్ణయించుకుంది.

★★★

... త్రీ... ఫోర్... ఫైవ్... రేణు మనసులో లెక్క పూర్తి కాకుండానే కదలి వెళ్ళిపోతున్న బస్సు హటాత్తుగా ఆగింది. ఆగిన బస్సులోనుండి ఓ ఇద్దరబ్బాయిలు ముగ్గురమ్మాయిలు చకచకా దిగి రేణుకేసి నడిచారు. బస్సు వెళ్ళిపోయింది.

“అరే! ఈ టైంలో వెయిట్ చేస్తున్నావే? లేట్ అయిందా?” అన్నాడు ముందుగా రేణుని సమీపించిన యువకుడు. బ్యాక్ ప్యాక్ భుజానికి తగిలించుకుని, రెడ్ టీషర్టులో నవ్వుతూ తనని ప్రశ్నిస్తున్న అతడిని ఓ క్షణం అయోమయంగా చూసింది. ఆ రెడ్ షర్ట్ యువకుడిని చేత్తో చూపిస్తూ "చైతన్య చూసి చెప్పేవరకూ మేము చూడలేదు" అంది ఓ అమ్మాయి సన్నగా కన్నుగీటి సైగ చేస్తూ. ఆ అపరిచితులందరూ నవ్వు మొహాలతో తనని చాలా పరిచయం ఉన్నవాళ్ళలా పలకరిస్తుంటే విషయం అర్థం అయి రేణు కూడా నవ్వింది. "ఆ... అవును అనుకోకుండా లేటైంది" అంది నవ్వుతూ. అప్పటివరకు పక్కన చేరి వేధిస్తున్నవాడు నెమ్మదిగా వెనక్కి నడిచి బైక్ వెనకాల కూర్చోగానే బైక్ కదలి వెళ్ళిపోయింది.

ఒకర్నొకరు పరిచయం చేసుకున్నాక జేబులో నుండి ఓ కార్డు తీసి రేణుకి ఇచ్చాడు చైతన్య. "ఇప్పుడు మీరున్న స్థితిలోగాని, మరింకే అవసరమైనాగాని వస్తే ఈ హెల్ప్ లైనుకి కాల్ చెయ్యొచ్చు మీరు. ఏరియా వైజ్ వాట్సప్ గ్రూపులు కూడా ఉన్నాయి. ఎక్కడ ఎవరికి ఏ అవసరమైనా ఇద్దరి నుండి ముగ్గురి వరకూ వెళ్తాం. ఇందులో

చేరేవాళ్ళ పూర్తి వివరాలు, ఫ్యామిలీ, స్నేహితులు అన్నీ తెలుసుకుని – రికార్డ్ చేసుకుని మరీ చేర్చుకుంటాం. మీరు చేరండి. మీ స్నేహితులని కూడా చేరమని చెప్పండి." రేణు నవ్వి "థాంక్యూ! తప్పకుండా చేరుతాను" అంటూ కార్డు అందుకుంది.

★★★

మొదటి అంతస్తులో ఉన్న ఆ కార్నర్ అపార్టుమెంటు ముందు నిల్చుని ఆగకుండా తలుపు కొడుతూనే ఉన్నాడతడు. కూర్చుని చదువుకుంటున్న రేణు లేస్తూ సోఫాలో కూర్చుని టీవీ చూస్తున్న చెల్లిని "నువ్వు లోపలికి వెళ్ళు" అంది. చూస్తున్న ప్రోగ్రాం మధ్యలో ఆపాల్సి వచ్చినందుకు కోపంగా కాళ్ళు నేలకి తాటిస్తూ విసురుగా లోపలికి వెళ్ళింది శక్తి.

డైనింగ్ టేబుల్ సర్దుతున్న సవితకి సన్నగా వొణుకు ప్రారంభం అయింది. భయాన్ని లోలోన అణుచుకుంటూ "నువ్వు కూడా లోపలికి వెళ్ళి చదువుకో. నేను మాట్లాడి పంపిస్తాలే" అంది రేణుతో. ఆ మాటలు విననట్లు రేణు లేచి వెళ్ళి... తలుపు తీసి అడ్డంగా నిల్చుని "ఏంటంకుల్? ఈ టైంలో వచ్చారు?" అంది.

అప్పటివరకు పక్కింటి తలుపు దగ్గర నిల్చుని వినోదం చూస్తున్న పెద్దమనిషి రేణు తనకేసి చూడగానే చటుక్కున వెనక్కి తిరిగి లోపలికి వెళ్ళిపోయాడు.

అడిగేది తనను కాదన్నట్లు ఆ అంకుల్ అని పిలవబడిన వ్యక్తి రేణుని రాసుకుంటూ వచ్చి సోఫాలో కూర్చున్నాడు. అతడితో పాటే గుప్పున ఆల్కహాల్ వాసన కూడా లోపలికి వచ్చింది. బరువుగా వాలిపోతున్న కంటి రెప్పలని ఎత్తి చూస్తూ "నీ కూతురికి పొగరు. ఇంటికొచ్చిన మనిషిని ఎందుకొచ్చావని నిలదీస్తోంది" అన్నాడు.

"ఆడపిల్లలున్న ఇల్లు. మీరు ఈ వేళప్పుడు ఇలా రావటం ఏం బావుంటుంది చెప్పండి?" సవిత కంఠం వొణికింది.

"ఆడపిల్లలున్న ఇల్లు కాబట్టే యోగక్షేమాలు అడగడానికి వచ్చాను. నా స్నేహితుడి పిల్లల కుశలం నాకన్నా ఎవరికి కావాలి? అవునులే చేసిన సహాయం ఎవరికి గుర్తుంటుంది కనుక! అన్నీ మర్చిపోయి ఇప్పుడు నన్నే ఎవడివని అడుగుతున్నారు."

ఇక తప్పదన్నట్లు డైనింగ్ టేబుల్ దగ్గర ఉన్న కుర్చీలో కూర్చుని సవిత అతడు చెప్పేది అన్యమనస్కంగా వింటోంది. వింటూ ఆలోచిస్తోంది. నిజమే భర్త పోయినప్పుడు, ఆ తరువాత పెన్షన్ పనుల్లో స్నేహితుడిగా సాటి ఉద్యోగస్తుడిగా దగ్గరుండి చాలానే సహాయం చేసాడతడు. ఆ తరువాతే అతడి ధోరణి మారింది. ఇంచుమించు మూడు నెలలనుండి ఇలాగే వచ్చి విసిగిస్తున్నాడు. అతడలా త్రాగి వచ్చి ఎలాంటి అవమానాలు తెచ్చిపెడతాడో అన్న దిగులుతో పాటు చుట్టుపక్కల వాళ్ళు ఏమనుకుంటారో అన్న బెంగ కూడా రోజు రోజుకీ ఎక్కువవుతోంది.

వాళ్ళింటికి వెళ్ళి కంప్లైంట్ చేద్దామనో లేదా పోలీస్ కంప్లైంట్ ఇద్దామనో రేణు ఒకటే గొడవ. భర్త పోయినప్పుడు పలకరించడానికి వచ్చిన అతడి భార్యని ఒకేసారి చూసింది. చెపితే అర్థం చేసుకుంటుందో లేదో! తమనే తప్పు పడుతుందో ఎలా తెలుస్తుంది? ఏమి తెలియని పొరుగింటి చిన్నపిల్ల దీపు పరిస్థితికి – అన్నీ తెలిసి ఏమీ చెయ్యలేకపోతున్న తన నిస్సహాయస్థితికి పెద్ద తేడా లేదనిపించింది ఆమెకి.

తల్లిని చూపులతో తడుముతున్న అతడి దృష్టిని మళ్ళించడానికి "అంకుల్ మీరింక ఇంటికి వెళ్ళండి. చీకటి పడింది" అంది రేణు హెచ్చరిస్తున్నట్లు. వెంటనే అతడు రేణుకేసి తిరిగి "నువ్వు ముందు నోరుమూసుకుంటావా!" అని కోపంగా గద్దించాడు. సవిత మనసు చివుక్కుమంది. తండ్రి కూడా రేణుని అంతలా ఎప్పుడూ కసురుకోలేదు.

రేణు ఇంక ఆగలేకపోయింది. ఉక్రోషం బాధా పొంగుకొచ్చాయి. సాయంత్రం చైతన్య ఇచ్చిన హెల్ప్ లైన్ కార్డు పుస్తకం మధ్యలోనుంచి తొంగి చూస్తోంది. పైన రీచ్ ఔట్ అన్న అక్షరాలు మెరుస్తున్నాయి. దాన్ని అందుకుని మరో చేత్తో ఫోన్ తీసుకుంది. ఆ నంబరుని చేర్చడం కోసం కాంటాక్ట్స్ ఓపెన్ చేసి చూస్తుండగా లిస్టులో మూడో నంబర్ పైన చూపు నిలిచిపోయింది.

ఓ క్షణం ఆలోచించి ఆ నంబరుని వేలితో మీటి బాల్కనీలోకి నడిచింది. ఓ మూడు నిమిషాలు మాట్లాడి లోపలికి వచ్చి తిరిగి పుస్తకం చేతిలోకి తీసుకుంది. మరో నాలుగు నిమిషాల్లో "అక్కా! బావున్నారా?" అంటూ లోపలికి అడుగు పెట్టింది ఫోర్తుఫ్లోరులో వుండే చంద్రకళ. వెనుక చేతిలో పేపరుతో ఆమె భర్త. అతని వెనుకే పదేళ్ళ లోపు అమ్మాయి, అబ్బాయి ఇంట్లోకి వచ్చేసారు. వేసుకున్న నైటీ పైనే

ఓ చున్నీ వేసుకుని ఆమె, పైజామా నైట్ షర్టులో అతడు ఎక్కడివక్కడ వదిలేసి మరీ వచ్చేసినట్లున్నారు.

"ఏంటక్కా మీరు! ఎక్కడా కలవరు. సొసైటీ మీటింగులకి అసలే రారు. ఇట్లయితే ఎట్లా!" అంటూ చంద్రకళ సరాసరి వెళ్ళి సవిత పక్కన కుర్చీలో కూర్చుంది. ఆమె భర్త అతడి ఎదురుగుండా సోఫాలో కూర్చుని తెచ్చుకున్న పేపర్ సీరియస్‌గా చదవసాగాడు. వాళ్ళ సందడికి బయటకి వచ్చిన శక్తి పిల్లలతో చేరింది.

బయట కనిపించినప్పుడు పలకరించడమే కానీ ఎప్పుడూ ఇంటికి రాని చంద్రకళ ఫ్యామీలీతో సహా అలా రావడం, నిత్యం వచ్చి వెళ్ళే వ్యక్తిలా కబుర్లు చెప్పడం సవితకి చాలా వింతగా అనిపించినా తెలియకుండానే గుండెల నిండా ఊపిరి తీసుకుంది.

"మీకు అటు చివర ఇంట్లో కాంతి వాళ్ళు దిగారక్కా! అత్తా, మామా, ఇద్దరు మగపిల్లలు. అబ్బో! ఆ పిల్ల ఎవరికి ఏ అవసరమొచ్చినా దూసుకొస్తుంది. పరిచయం అయిందా అక్కా మీకు..." మధ్యమధ్యలో సవితని ప్రశ్నలు వేస్తూ ఆగకుండా మాట్లాడుతూనే వుంది ఆమె. పేపర్ చదవడానికే అక్కడికి వచ్చినట్లు పేజీలు తిప్పి తిప్పి చదివేస్తున్నాడు ఆమె భర్త. ఆడుతున్న ముగ్గురు పిల్లల అల్లరి నవ్వులు ఇల్లంతా ప్రతిధ్వనిస్తున్నాయి. అవేమీ పట్టనట్లు రేణు హోంవర్క్ చేసుకుంటోంది.

ఎవరూ అతడి మొహం వైపు చూడటం లేదు. ఓ సారి ఇబ్బందిగా కదిలి – వెళ్ళడానికి లేచాడు.

ఆంధ్రజ్యోతి ఆదివారం అనుబంధం - 6 సెప్టెంబర్ 2015

'ధకల్' అన్న పేరుతో శాంత సుందరి గారు హిందీలోకి అనువాదం చేసిన ఈ కథ 'నయీ దునియా' అనే దినపత్రికలో 18 అక్టోబర్ 2015 లో వచ్చింది.

అల్లరి తమ్ముడు

నాన్నేమో ఫోన్ చేసి అమ్మకి చెప్పాడు. అమ్మేమో ‘‘అమ్మలూ! గుడికెళ్ళి ముందు నాన్నమ్మకి చెప్పు’’ అంటూ తను మేజరుగారింట్లో చెప్పడానికి వెళ్ళింది. మేజరుగారికి చెపితే మా ఊర్లో సగం మందికి తెలిసినట్లే. దార్లో కనిపిస్తే తమ్ముడికి చెప్పాను కానీ వాడు ఆటల్లోపడి వినిపించుకోలేదు. గుళ్ళో నాన్నమ్మ కనిపించగానే పరిగెత్తుకెళ్ళి "రవి బాబాయ్ ఇప్పుడు ఐఏఎస్ ఆఫీసరోచ్!" అంటూ చెప్పేసా. అసలే నన్ను విన్నవాళ్ళంతా ‘మైకు మింగి పుట్టిందేమిటే ఈ పిల్ల!’ అంటారు. దాంతో వార్త ఊరంతా పాకిపోయింది.

ఆ మర్నాడు ఎప్పుడూ మా ఇంటికి రాని ప్రెసిడెంట్ పెద్దరాజుగారు వాళ్ళబ్బాయి చినరాజుతో పాటు వచ్చేసి బాబాయిని తెగ మెచ్చేసుకున్నారు. మళ్ళీ సాయంత్రం చినరాజు, బాబాయి స్నేహితుడు చందుతో కలిసి వచ్చి బాబాయిని స్టేషన్ నుండి ఊర్లోకి ఊరేగిస్తూ తీసుకొచ్చే ఏర్పాట్లన్నీ చేస్తున్నామని చెప్పాడు.

నాకెప్పటినుండో ఊరేగింపులో అందరిలా ఈలలు వెయ్యాలని సరదా! చందు వెళ్తుంటే వెనకాలే వెళ్ళి "ఓసారి ఈల ఎలా వెయ్యాలో నేర్పించవా?" అని అడిగా. రెండు వేళ్ళు నోటి దగ్గర పెట్టి గాలి ఎలా ఊదాలో చెప్పాడు. ఇంక అప్పటి నుండి ప్రాక్టీస్ మొదలు పెట్టా. ఊది ఊది బుగ్గలు నొప్పి పెట్టేస్తున్నాయి కానీ ఈల మాత్రం రావటం లేదు.

ఇంట్లో ఫోను వరుసగా మ్రోగుతూనే వుంది. వచ్చిన ఫోను మాట్లాడి పెట్టేసి అమ్మ నాన్నతో మరింక నాన్నమ్మతో "ఈ రోజు ఇది రవిబాబు కోసం వచ్చిన ఆరో సంబంధం. వీళ్ళెవరో జమీందారులట!" అంటూ నవ్వింది.

"మనకు తగ్గ సంబంధం చూద్దాంలే అమ్మా! ఆ పెద్దరాజుకాని... ఈ జమీందారుకానీ మనింటికిప్పుడు ఊరికే రావటం లేదు. కొడుకులా పెంచారు మీ ఇద్దరూ వాడిని. దూరం చేసుకోకండి" అంది నాన్నమ్మ.

"ఎందుకమ్మా? నాన్నమ్మ అలా అంది? వాళ్ళు మన బాబాయిని తీసుకుపోతారా?" – అడిగాను.

అమ్మ నవ్వి "నువ్వింకా చిన్నదానివి. నీకిప్పుడే ఇవన్నీ అర్థంకావు" అంటూ వుండగా తమ్ముడు ఇంటికొచ్చాడు. నాన్న వాడికేసి ఓసారి అయోమయంగా చూసి "ఇదేమిటి? వీడిలా అయిపోయాడు?" అన్నాడు.

"సెలవులిచ్చినప్పటి నుండి ఇంతే. ఆటలే ఆటలు. రోజు ఓ నాలుగు బకెట్ల వేన్నీళ్ళు పోస్తే కానీ వదలటం లేదు వీడు అంటిచ్చుకొచ్చిన దుమ్ము" అంటూ అమ్మ వాడిని లోపలికి లాక్కెళ్ళింది.

బాబాయ్ వచ్చేలోగా ఎలాగైనా ఈల నేర్చేసుకోవాలి అనుకుంటూ మళ్ళీ మరోసారి ఊదాను. ఈసారి ఎవరో బూర ఊదినట్లు రయ్యిన సవుండొచ్చింది. నాన్న ఉలిక్కిపడి నాకేసి చూసి "ఏమిటది?" అన్నాడు. "ఈల నాన్న! పొద్దుటినుండి ట్రై చేస్తే ఇప్పటికొచ్చింది" అన్నా ఆనందంగా.

నాకేసి సీరియస్ గా చూస్తూ "అమ్మలూ! ఇప్పుడు నీ వయసెంతా?" అనడిగాడు నాన్న.

అబ్బా! ఎన్నిసార్లు చెప్పినా గుర్తుండదు ఈ నాన్నకి. 'నీ వయసెంతా? నువ్విప్పుడు ఎన్నో క్లాసు?' అంటూ అడిగిందే అడుగుతాడు. బిక్కమొహం వేసుకుని "ఏడు" అన్నా. "ఇంకో ఆరు నెలలు పోతే ఎనిమిది" అంది నాన్నమ్మ వెనుకనుండి.

నాన్న వెంటనే "ఊ! పెద్దదానివవుతున్నావు! అలా కూర్చుని నే చెప్పేది శ్రద్ధగా విను" అంటూ మొదలు పెట్టాడు.

“కలెక్టర్ అంటే మన దేశంలో అతి గొప్ప పదవుల్లో ఒకటన్నమాట. ఆ హోదాయే వేరు. బాబాయ్ ఇకపైన మన బాబాయ్ కాదు. లోకానికి బంధువు. వాడికి ఎన్నో బాధ్యతలు. ఇంతకు ముందులా మీతో ఆడాడు. మీ ఇద్దరు కూడా బాబాయిని ఆడమని విసిగించకూడదు. వాడి మూలంగా మన ఇంటి హోదా కూడా పెరిగిందన్నమాట. ఈలలు వెయ్యడం కాదు. ఇకపైన నువ్వు కూడా హుందాగా వుండటం నేర్చుకోవాలి."

నేనలాగే అన్నట్లు బుద్ధిగా తల ఊపాను.

"అంతే కాదు. ఇవన్నీ తమ్ముడికి అర్థమయ్యేలా చెప్పు."

"వాడికా? వాడు నా మాట వినడు నాన్నా!!" అంటూ వుండగానే చినరాజొచ్చాడు.

"ఒక్కసారే కాదులే. పడుకునే ముందు కథలు చెప్పమంటాడు కదా. అప్పుడు ఒకటికి రెండు సార్లు చెప్పు. సరేనా! మా అమ్మలు బంగారు తల్లి!" అంటూ నాన్న అక్కడి నుండి లేచి చినరాజు దగ్గరకి వెళ్ళాడు.

నాకెందుకో చాలా కోపమొచ్చేసింది. అమ్మేమో నువ్వింకా చిన్నదానివంటుంది. నాన్నేమో పెద్దదానివయ్యావు తమ్ముడికన్నీ చెప్పు అంటాడు. వాడేమో నే చెప్పిన మాట అస్సలు వినడు.

ఏంటో నాకే ఇన్ని కష్టాలు అనుకుంటూ "అమ్మా!" అంటూ ఇంట్లోకి పరిగెత్తుకుని వెళ్ళి అడిగా "హుందాగా వుండటమంటే ఎలా అమ్మా!" అమ్మ ఓ నిమిషం ‘ఊ!.. ఆ!.. ‘ అంటూ ఆలోచించి "అంటే... పెద్దమ్మా వాళ్ళ రాణక్కలా అన్నమాట" అంది.

ఓస్! అంతేనా! అనుకుంటూ... నా గదిలోకెళ్ళా. అల్మారాలో నుండి చున్నీ ఒకటి తీసి చీరలా చుట్టుకున్నా. కొంగు చేతిలో తిప్పుతూ అద్దంలో చూస్తూ... రాణక్కలా అటూ ఇటూ నడుస్తూ చెప్పా "ఏవిటి వంటావిడ గారు! ఈరోజు వంట? భోజనాలలోకి కాసిన్ని జిలేబీలు... మరిన్ని మైసూర్ బజ్జీలు చేసుకుంటే ఎలా వుంటుందంటారు?”

★★★

నా పక్క మంచంలో పడుకుంటూ ఎప్పట్లాగే "కథ చెప్పవా అక్కా!" అంటూ అడిగాడు తమ్ముడు.

ముందు నే చెప్పేది విన్నాకే కథ అంటూ నేను నాన్నలాగే సీరియస్ గా మొహం పెట్టి "బాబాయ్ ఇకపైన మన బాబాయ్ కాదు" అన్నా.

"మరెవరి బాబాయ్?"

"మన బాబాయే కానీ కలెక్టర్ అన్నమాట. అంటే చాలా గొప్పన్నమాట..." అంటూ నాన్న చెప్పినవన్నీ ఒక్కొక్కటే చెప్పడం మొదలు పెట్టా. వాడెక్కడ వినాలి పూర్తిగా! మధ్యలో ఆపి అడిగాడు. "మనతో అస్సలు ఆడుకోడా?"

"ఊహూ!"

మరి జాంకాయలెవరు కోసిస్తారు?"

"లచ్చుని అడుగుదాంలే."

"మరింక పతంగులో! నాకు ఎగరెయ్యడం రాదుగా."

నాకు తమ్ముడి మీద నిజ్జంగా జాలేసింది. చరకా అయితే పట్టుకుంటాడుకాని పాపం ఎగరెయ్యడం రాదే! కాళ్ళ దగ్గర వున్న దుప్పటి విప్పి కప్పుతూ "కలెక్టర్ గారు అలాంటి ఆటలు ఆడితే ఊర్లో పాపం అందరూ నవ్వుతారు" అన్నా.

తమ్ముడు వెంటనే దుప్పటి మొహం పైన కప్పేసుకుని "ఎందుకు మరి కలెక్టరవడం. హాయిగా ఆడుకోకుండా!" అన్నాడు.

నేను వాడి మొహం మీదనుంచి దుప్పటి లాగేస్తూ "అలా కాదురా తమ్ముడూ! మరి పెద్దయ్యాక బాగా చదువుకోవాలి. పెద్ద ఉద్యోగాలు చెయ్యాలి కదా!" అంటూ ఓ పక్కన చెపుతూనే వున్నానా... "నేనస్సలు పెద్దవను" అంటూ పక్కకి తిరిగి పోయి పడుక్కున్నాడు.

"అయ్యో! అప్పుడే పడుకుంటావేంటిరా? నేనింకా చాలా చెప్పాలి నీకు."

★★★

తీరా బాబాయిని తీసుకురావడానికి అందరం స్టేషనుకి వెళ్తుంటే తమ్ముడు

కనిపించలేదు. పొద్దున్నే ఆటలంటూ వెళ్ళిపోయాడంది అమ్మ. నేను 'హమ్మయ్యా!' అనుకున్నా. 'పోనీలే వొస్తే ఓ చోట కుదురుగా వుండడు వాడు' అన్నాడు నాన్న.

స్టేషనులో నుండి బయటకి వచ్చిన బాబాయి మెడలో దండలు వేసి – కుంకుమతో పొడుగు బొట్టు పెట్టారు స్నేహితులు. నన్ను, నాన్నని చూసి చెయ్యి ఊపాడు బాబాయ్. చినరాజు, బాబాయ్ ఓపెన్ టాప్ వున్న జీపులోకి ఎక్కి నిల్చున్నారు. నేను నాన్న వేరే కార్లో కూర్చుని... మిగిలిన వాళ్ళంతా వ్యానులలో మరింక బైకుల మీద ఫాలో అయ్యారు.

జీపులో నిల్చున్న బాబాయ్ ఏంటో కొత్తగా వున్నాడు. అంటే ఎప్పుడూ వున్నట్లు లేడు. తమ్ముడిని వాడి జిలేబి అడిగితే గోరుతో గిల్లి చిన్ని చిన్ని ముక్కలు పెడతాడే... అలా చాలా కొద్ది కొద్దిగా నవ్వుతున్నాడు. అదే నాన్నతో అంటే – 'అలాగే వుండాలి. అదే హుందా అంటే' అన్నాడు.

కార్లు పెద్దరాజుగారి వీధిలోకి తిరిగాయి. నేను కంగారుగా "బాబాయిని పెద్దరాజుగారింటికి తీసుకు పోతున్నారా?" అన్నా. "ఛ! లేదు. ఊరేగింపు అంతే! ఆయనే మనింటికి వస్తున్నారు" అన్నాడు నాన్న. ఈలోగా ఈలలు కేకలు వినిపించాయి. చూస్తే సబితా వాళ్ళ మేడపైనుండి అమ్మాయిలంతా "రవి... రవి..." అంటూ పిలుస్తూ ఈలలు వేస్తున్నారు. నాన్న మాత్రం 'ఉత్త అల్లరి మూక' అంటూ విసుక్కున్నాడు.

తీరా ఇంటికి వచ్చి చూస్తే ఒక్క పెద్దరాజుగారే కాదు మాకు ఊర్లో తెలిసిన జనమంతా అక్కడే వున్నారు. ఇంటి ముందు కుడివైపు బాదం చెట్టు క్రింద ఓ నాలుగు కుర్చీలు వేసారు. పెద్దరాజుగారు ఓ కుర్చీలో కూర్చుంటే బాబాయిని మరో కుర్చీలో కూర్చో పెట్టారు. మరో రెండు కుర్చీలలో మా స్కూల్ హెడ్ మాస్టారుగారు ఇంకో దాంట్లో మేజరుగారు కూర్చున్నారు.

నాన్నని కూడా కూర్చోమన్నారు కాని – మా ఇంట్లో నాకు మర్యాదలేమిటీ అంటూ వాళ్ళకి ఎదురుగుండా – జనాలకి ఓ పక్కగా నిల్చున్నాడు. ఇంటి ఎత్తరుగులపైన కుర్చీలో నాన్నమ్మ, మిగిలిన అరుగు పైన మరింక మెట్లపైన అమ్మతో పాటు ఆడవాళ్ళు కొందరు కూర్చున్నారు. నేను నాన్న పక్కనే నిల్చున్నాను. బాబాయ్ నన్ను దగ్గరికి రమ్మని సైగ చేసాడు. నేను నవ్వి తల అడ్డంగా ఊపాను.

ముందు పెద్దరాజుగారు మాట్లాడుతూ బాబాయి ఊరికంతా మంచి పేరు తెచ్చాడని మెచ్చుకున్నారు. ఇక పైన ఊరి బాగోగులు చూసే తమకి తోడుగా వుండాలని అడిగారు. తరువాత హెడ్ మాస్టర్ గారు చిన్నప్పుడు స్కూల్లో బాబాయి ఎంత అల్లరి చేసేవాడో అంతకు మించి ఇంకెంత బాగా చదువుకునే వాడో చెప్పారు.

ఆ తరువాత మేజరుగారు లేచారు. మా ఊర్లో జరిగే ఏ ఫంక్షన్ లోనైనా ఆయనే ఎక్కువ మాట్లాడుతారు. "అందరూ శ్రద్ధగా వినండి. ఈ రోజునుండి రవిబాబు ఉత్త రవిబాబు కాదు. కలెక్టర్ రవిబాబు. ఊరంతా నన్ను మేజర్ అని ఎలా పిలుస్తారో అలాగే వారిని ఇకపైన కలెక్టర్ బాబు అని పిలవాలి. మనమే కాదు. వారి అన్నగారైనా అమ్మగారైనా అంతే మరి." అందరూ నవ్వుతూ తలలు ఊపారు.

"ఏరా చందు! నువ్వూ నీ స్నేహితులు కూడా... ... ఇంతకు ముందులా అరే, ఒరేలు కుదరవు. జాగ్రత్త మరి" అన్నారు. వాళ్ళు ముసిముసిగా నవ్వారు.

అప్పుడే గుంపుని తోసుకుంటూ చందు పక్కనుండి హఠాత్తుగా బయటకి వచ్చాడు తమ్ముడు. పొద్దున్న అనగా ఇంట్లోంచి వెళ్ళినవాడు – ఎండలో కాలువ ఒడ్డున ఆడుతున్నాడేమో మొహమంతా కందిపోయి – జుట్టు నిండా ఇసుకతో – ఒళ్ళంతా దుమ్ము కొట్టుకుపోయి వున్నాడు.

ఇంట్లోకి పరిగెత్తుకుని పోబోయినవాడల్లా బాబాయిని చూసి టక్కున ఆగిపోయాడు. కళ్ళు పెద్దవి చేసి చూసి నిక్కరు పైకి లాక్కుంటూ "ఏరా! బాబాయ్!.. ఎప్పుడొచ్చావ్!" అన్నాడు. నేను కంగారుగా నాన్నకేసి చూసాను. అందరూ అప్పటికే తమ్ముడినే చూస్తున్నారు. తమ్ముడు మాత్రం బాబాయినే చూస్తూ ఓ రెండు అడుగులు అటువేసాడు.

దాంతో అమ్మ కంగారుగా "వాడినాపండి. రవిబాబు దగ్గరికి వెళ్ళిపోతాడో ఏమో! అసలే దుమ్ము కొట్టుకు పోయున్నాడు వెధవ!" అంటూ అరిచింది. దాంతో "ఒరేయ్ కన్నిగా! ఆగరా!" అంటూ నాన్న వాడికేసి పరిగెత్తారు. వాడు చటుక్కున వెనక్కి తిరిగి చందు కాళ్ళ మధ్య నుండి దూరి మాయమయ్యాడు.

అందరం 'హమ్మయ్యా!' అనుకునేలోగా చినరాజు వెనుకనుండి మళ్ళీ బయటకి వచ్చాడు. ఈసారి అమ్మా నాన్న ఇద్దరూ కూడా "వాడిని పట్టుకోండీ! రవి దగ్గరకి వెళ్ళనివ్వకండీ!" అంటూ అరిచారు.

తమ్ముడి సంగతి నాకన్నా బాగా ఎవరికి తెలుసట. ఎప్పుడూ వద్దన్న పనే చేస్తాడాయే. గోడలనిండా గీయకురా అంటే గీస్తాడు. కంపాస్ బాక్సు ముట్టుకోకురా అంటే... లాక్కొని ఇంటి చుట్టూ పరిగెత్తిస్తాడు. నా క్లిప్పులతో నీకేం పని? వాటి జోలికి రాకు అంటే... అవన్నీ తీసుకెళ్ళి పేపర్ క్లిప్పుల్లా తన పుస్తకాలకి పెట్టేసుకుంటాడు.

ఇప్పుడూ అంతే... వాడిని పట్టుకోడానికి వెళ్తున్న చినరాజు వెనక్కి చటుక్కున పరిగెత్తి కాళ్ళు రెండు గట్టిగా పట్టుకున్నాడు. అదిగో వాడితో అదే చిక్కు. పట్టుకుందామని వెళ్తే నా కాళ్ళు కూడా కదలకుండా అలాగే పట్టేస్తాడు. వట్టి అల్లరి వెధవ! నాకైతే కనీసం వాడి జుట్టయినా అందుతుంది ఆపడానికి. పట్టుకుని ఆపి... నడ్డి ఒంచి నాలుగు గుద్దులు గుద్దేస్తాను. చినరాజుకి పాపం వాడి జుట్టు అందదు కూడాను. పట్టుకోడానికి చినరాజు కుడివైపు తిరిగితే కుడివైపు తిరిగాడు. ఎడమవైపు తిరిగితే... వాడు ఎడమవైపు తిరిగాడు.

చినరాజు మూడుసార్లు గిరగిరా వెనక్కి తిరిగితే... రెండు కాళ్ళు అలాగే గట్టిగా పట్టేసుకుని 'ఇహిహిహీ..." అంటూ వాడు తిరిగేసాడు. నా వల్లకాదు బాబు ఇంక నవ్వాపుకోడం. ఇక తిరగలేక చినరాజు ఆగిపోయాడు. వెంటనే కాళ్ళు రెండు టక్కున వదిలేసి... వాడు పరిగెత్తాడు.

నాన్న, అమ్మా, చందు... అందరూ "కన్నీ, కన్నిగా... కన్నిబాబు... ఆగు! ఆగు!" అంటూ వుండగానే రయ్యిన పరిగెత్తి బాబాయ్ ఒడిలోకి ఎగిరి దూకాడు. కాళ్ళతో బాబాయ్ తొడల మీద కుమ్మేస్తూ... మెడ చుట్టూ చేతులు వేసి చుట్టేసి... గాట్టిగా పట్టేసుకున్నాడు. మళ్ళీ విడిచి రెండు చేతులతో బాబాయ్ చెంపలు నొక్కేసి... మొహంలోకి చూస్తూ... "ఒరే! బాబాయ్! నా కోసం ఏం తెచ్చావ్?" అంటూ ఊరంతా వినిపించేలా అరిచాడు.

నేను భయంగా నాన్నకేసి చూసాను. నాన్న కోపంగా తమ్ముడినే చూస్తున్నాడు. ఈలోగా తమ్ముడు బాబాయ్ భుజం పట్టుకుని ఒంచి నడ్డి వెనక్కి వెళ్ళిపోయి ఓ చేత్తో జుట్టు పట్టుకుని... మరో చెయ్యి మెడ చుట్టూ వేసేసి గుర్రం పైకి ఎక్కినట్లు ఎక్కేసాడు.

ఇంక ఆపుకోలేక బాబాయ్ పకపకా నవ్వుతూ వాడినలాగే ఎత్తుకుని లేచి

నిల్చున్నాడు. జుట్టంతా చెదిరిపోయింది. తమ్ముడి తలలో సగం ఇసుక దానిలోకి వచ్చేసింది. పొడుగు బొట్టు చెరిగిపోయింది. చెంపలపైనా... ముక్కుపైనా... మట్టి మరకలు. వేసుకున్న తెల్లచొక్క, తెల్లప్యాంటూ రంగురంగులుగా అయిపోయాయి.

బాబాయిని అలా చూసి పెద్దరాజుగారితో సహా అందరూ గట్టిగా నవ్వడం మొదలుపెట్టారు. వాళ్ళని చూసి అమ్మా నాన్న మిగిలిన అందరూనూ. నాకయితే అమ్మో! నవ్వి నవ్వి పొట్టలో నొప్పొచ్చేస్తోంది. నవ్వుతూనే నాకేసి తిరిగి "అమ్మలు! ఇలారా!" అంటూ పిలిచాడు. నేను వెంటనే పరిగెత్తుకుని వెళ్ళి బాబాయిని చుట్టేసాను.

కినిగే అంతర్జాల పత్రిక - మా బాబాయ్ అన్న పేరుతో జులై 2014

చిన్నారి

ప్రైవేట్ హాస్పిటల్‌లో ఓ ప్రత్యేకమైన గది.

నెల క్రితం స్ట్రోక్ వచ్చినప్పుడు వున్నట్లు గత వారం లేదు. వారం క్రితం వున్నట్లు ఇప్పుడు లేదు. మగతలోనుండి బయట పడినప్పుడల్లా ఒకే ధ్యాసగా వున్నాడు. గొంతు మారి మాట ముద్దగా వస్తోంది. అయినా ఓపిక చేసుకుని తిరిగి తిరిగి చెపుతూనే వున్నాడు.

"అది ఇంకా చిన్న పిల్లరా! ఈ వయసులోనే కాస్త రక్షణ తోడు కావాలి. వాళ్ళవాళ్ళెవరూ కలుపుకోరు ఆ తల్లీకూతుర్లని. వీలు చూసుకుని నెలకోసారైనా వెళ్ళి...ఆ చదువేదో అయ్యేవరకూ కాస్త సాయం... " ఎగిసి వచ్చిన ఆయాసం ఆపైన మాట్లాడనియ్యలేదు.

మరణానికి దగ్గరవుతున్న ఈ మనిషిని ఎలా బాధ పెట్టడం. కోపాన్ని దిగమింగుకుని చెప్పాడు – "అలాగే నాన్న! నువ్వు బెంగ పెట్టుకోకు." తండ్రి ప్రశాంతంగా వెళ్ళిపోవడమే కావాలి ఇప్పుడిక.

★★★

వెళ్దాం అనుకుంటూనే ఓ నెల గడిచింది. రెండో నెల ఏమిటి వెళ్ళేది... ఎవరు అడిగే వాళ్ళు... అనిపించింది. తండ్రి మ్యానేజర్‌గా పనిచేసిన ఫ్యాక్టరీలోనే ఆమె

ఏదో చిరుద్యోగి. పోయాడన్న వార్తా తెలిసే వుంటుంది. ఆ పిల్ల సెల్‌నంబర్ తండ్రి ఇచ్చాడు. కానీ, వాళ్ళ దగ్గర తమ కాంటాక్ట్స్ వున్నాయో లేవో? 'వై షుడ్ ఐ కేర్' అనుకున్నాడు.

ఓ రోజున తెలియని కొత్త నంబర్ నుండి కాల్. ఎప్పుడు వచ్చిందో కానీ మెసేజ్ రికార్డ్ అయి వుంది. "అన్నా! నేను చిన్నారిని మాట్లాడుతున్నా! నాన్న వెళ్ళిపోయాడని తెలిసింది... మాట్లాడాలి నాన్న గురించి... ... ఒక్కసారి ఇంటికి రా అన్నా! ప్లీజ్!" లేత గొంతు. ఆగి ఆగి పలకడంలో దుఃఖం తెలుస్తోంది. అర్థం అవడానికి కొంత టైమ్ పట్టింది. ఇంకా నయం ఫోన్ వచ్చినప్పుడు తీసుకోలేదు. 'ఎవరే నీకు అన్నా!' అంటూ అరిచేవాడేమో బహుశా!

తల్లి పోయిన తరువాత ఆమె నుండి తనలోకి కొనసాగుతున్న వ్యధ అంతమైందనుకున్నాడు. గత నాలుగేళ్ళుగా తండ్రి క్రింద పోర్షన్‌లో, అతడు తన ఫ్యామిలీతో పైన పోర్షన్‌లో. తండ్రికి స్ట్రోక్ వచ్చే వరకూ ఒకరి కొకరు పెద్దగా ఎదురుపడాల్సిన అవసరం లేకుండా గడచిపోయింది.

ఆ పిల్ల మెసేజ్ విన్నప్పటినుండి తిరిగి మనసులో ఏదో ఆందోళన మొదలైంది. తండ్రికి ఇచ్చిన మాట కుదురుగా వుండనివ్వటం లేదు. ప్రశ్నలు సంధిస్తోంది. ఎలా వుంటారు వాళ్ళసలు? ఏ రకమైన జీవితం వాళ్ళది? అంత నెమ్మదస్తుడయిన తండ్రిని వలలో వేసుకుందంటే ఆమె ఎలాంటి నెరజాణ అయివుంటుంది?

ఒకటికి రెండు సార్లు మెసేజ్ విన్నాడేమో – ఆ పిలుపు వెంటాడసాగింది. మరోసారి ప్లే చేస్తున్నప్పుడు ఎవరన్నట్లు చూసింది ఆమె. "ఆ పిల్ల మెసేజ్ పెట్టింది. రమ్మని. నాన్న చేసే డబ్బు సహాయం రాక గిలగిలలాడుతున్నారేమో!" అతడి నవ్వులో హేళన.

అన్నివిధాల మంచివాడైన ఈ వ్యక్తి ఆ తల్లీకూతుర్ల విషయం వచ్చినప్పుడు ఎంత అసహనంగా అయిపోతాడో ఆమెకి తెలుసు. ఇప్పుడు తల్లి లేదు. ఆమె వ్యధకి కారణమైన తండ్రీ లేడు. ఇకపైన మరుపుకు వచ్చి ఆ బాధనుండి విముక్తుడవుతాడనుకుంది. ఆ అవకాశం లేకుండా వెళ్తూ వెళ్తూ మనసుకు నచ్చని ఈ బాధ్యత నెత్తిన పెట్టి వెళ్ళాడు ఆ పెద్దాయన. ఆ అమ్మాయి చదువు పూర్తి అయ్యే వరకు మామగారు ఇచ్చినట్లే నెలకి ఇంతా అని ఇచ్చే ఏర్పాటు చేసి భర్తని ఆ బంధం నుండి విముక్తి చెయ్యాలనిపించింది ఆమెకి.

ఆ మాటే గుర్తు చేస్తూ "నీకు కుదరక పోతే చెప్పు. నేనే వెళ్ళి ఓ సారి కలిసి – ఆ ఏర్పాటు ఏదో చేసి వస్తాను" అంది. “ఛ! ఛ! నువ్వెందుకు వెళ్ళడం. నేనే వెళ్ళి ఆ ఏర్పాటేదో చేసి వస్తాలే" అన్నాడు.

“ఎక్కువ ఆలోచించొద్దు... ఎమోషనల్ అవకుండా... జస్ట్ కొద్ది సేపు కూర్చుని వచ్చెయ్. బ్యాంక్ ఎకవుంట్ డీటైల్స్ తీసుకో.” బయలుదేరే ముందు ఆమె మరీ మరీ చెప్పింది.

★★★

గేటెడ్ కమ్యూనిటీ నుండి బయట పడి – విశాలమైన వీధులగుండా ప్రయాణించి – వంతెన దాటి – వాళ్ళు వుండే చోటుకి చేరుకున్నాడు. ఓ కిరాణాషాపు బైట, చెట్టు కింద బైక్ ఆపి చుట్టూ చూసాడు. రెండు వైపులా దగ్గర దగ్గరగా పేర్చినట్లు వున్న పాత ఇళ్ళు – ఇరుకు సందులు. అక్కడ నుండి వాళ్ళుండే ఇల్లు వెతకడం కష్టం అనిపించింది. మెసేజ్ పెట్టాడు.

ఫోనులో మెసేజ్ పెట్టిన రెండు క్షణాలలో దూరం నుండే నవ్వుతూ ఇటే నడిచి వచ్చింది ఆ అమ్మాయి. పరీక్షగా చూశాడు. తెలిసిన పోలికలేమీ లేవు. కొత్త మనిషిని చూస్తున్నట్లే వుంది. ఇంజనీరింగ్ చదివే అమ్మాయి అంటే సుమారు పద్దెనిమిది లేదా పంతొమ్మిది ఏళ్ళు వుండాలి. కానీ సన్నగా పొడుగ్గా పదిహేనేళ్ళ అమ్మాయిలా వుంది.

దగ్గరగా వచ్చి వెలుగుతున్న మొహంతో "రా! అన్నా!" అంది. బైక్ ఆఫ్ చేసి ఆ అమ్మాయి వెంట నడిచాడు.

ముందుకు వచ్చేస్తుంటే కిరాణాషాపుకి కొద్ది దూరంలో మాట్లాడుకుంటున్న కుర్రాళ్ళు నలుగురు మాటలు ఆపి వీళ్ళనే ఆసక్తిగా చూడసాగారు. వాళ్ళని దాటేసాక వెనుక నుండి "దీనికి బాయ్ ఫ్రెండ్ దొరికాడు రోయ్!" అంటూ వినిపించింది. “లవర్ బాయ్!” అంటూ ఇంకెవడో ఈలవేశాడు.

ఉలిక్కిపడి కోపంగా వెనుతిరిగి చూసాడు. వాళ్ళు కనీసం చూపు కూడా తిప్పుకోలేదు. నలుగురి ఎక్స్‌ప్రెషన్స్, వెకిలితనం మనసులో ముద్ర పడ్డాయి. అవేమీ పట్టనట్లు నడచి వెళ్తున్న ఆ అమ్మాయిని తిరిగి అనుసరించాడు.

ఇళ్ళ ముందు, అరుగుల మీద, దారి పొడుగునా – ఎదురైన వారి మొహాలలో కుతూహలం. మనిషన్న వాడిని ఎరగనట్లు చూపులు.

"ఓనర్ వాళ్ళు పైన వుంటారు. క్రింద మూడు పోర్షన్లు అద్దెకిచ్చారు. రా అన్నా!" అంటూ ఆ అమ్మాయి కుడి పక్కన వున్న తమ వాటాలోకి దారి తీసింది. ముందర గది గ్రిల్లు తలుపులు వున్న చిన్న నడవ. అందులోనే రెండు ఫ్రేమ్ కుర్చీలు మధ్యలో చిన్న టేబులు, పక్కన చెక్క సెల్ఫులో ఆ అమ్మాయి పుస్తకాలు – ఆ నడవని ఆనుకుని లోపల గదిలో ఓ పక్కగా మంచం కనిపిస్తోంది.

"కూర్చో అన్నా!" అంటూ ఓ కుర్చీ చూపించి "అమ్మా!" అంటూ లోపలికి చూస్తూ పిలిచింది.

రెండు క్షణాల తరువాత ఆమె ఆ గది గుమ్మంలోనే ఆగి "బాగున్నావా బాబు" అంటూ పలకరించింది.

తల ఊపుతూ ఆమెకేసి చూసాడు. అప్పటికే ఆమె కొంగుతో కళ్ళు ఒత్తుకుంటోంది.

ఏ విషయంలో ఈ స్త్రీ మా అమ్మకి సాటి. ఒక చదువా? హోదానా? ఏమీ లేని ఈమెకు ఏ కారణంగా నాన్న దగ్గరయ్యాడో?! ఈ అమ్మాయి పుట్టడంతో ఆయన ఆ అక్రమ బంధం నుండి వెనక్కి రాలేకపోయివుంటాడని అన్నాడు తండ్రి స్నేహితుడొకడు పరామర్శకి వచ్చినప్పుడు.

"నాన్న సంగతి చెప్పు అన్న. నెలకి రెండు మూడు సార్లు వచ్చేవాడు. ఫోన్ చేస్తే తియ్యలేదు. వొంట్లో బాలేదని చెప్పారు. చాలా భయం వేసేది. ఎవర్ని అడగాలో తెలియలేదు."

"స్ట్రోక్ వచ్చాక ఫోన్ పట్టుకునే స్టేజులో లేడు. ఆ తరువాత ఓ నెలకే వెళ్ళిపోయాడు" – ముక్తసరిగా చెప్పాడు.

"నాన్నంటే చిన్నారికి ప్రాణం బాబు. తెలిసిన రోజునుండి ఏడుస్తూనే వుంది" అంది ఆమె కొంగుతో కళ్ళు వత్తుకుంటూ.

కళ్ళలో తడిచేరినా ఆ పిల్ల మొహంలో నవ్వు సహజంగా వుంది. చూపు మరల్చుకుంటే అతడు మాయమవుతాడేమో అన్నట్లు కళ్ళు విప్పార్చుకుని చూస్తూ

ఎదురుగా కూర్చుంది. "పోనీలే అమ్మా! మళ్ళీ ఇప్పుడు గుర్తు చేసి – అన్నని బాధ పెట్టకూ" అంది.

తల్లి పోలిక కాదు. అలాగని తండ్రి పోలికా కాదు. కానీ ఎక్కడో ఏదో కొద్దిగా తెలిసిన భావన.

"పాప బావుందా అన్నా! నాన్న పర్సులో పాప ఫోటో వుండేది. చూసాను."

"ఊ" – అన్నాడు ముభావంగా!

"నీళ్ళు తాగుతావా అన్నా! టీ పెడ్తావా అమ్మా!.." అంటూ లేవబోతున్న అమ్మాయిని "వద్దు, వద్దు – అవేమీ వద్దు" అంటూ ఆపాడు.

ఎదురుగా గోడపై లార్జ్ సైజు ఫ్రేములో ఆ అమ్మాయి ఫోటో. స్కూల్ యూనిఫారంలో, రెండు జడలు ముందుకు వేసుకుని, సైకిల్ పైన కూర్చుని – నవ్వుతూ. పైన డియర్ జిందగీ అన్న క్యాప్షన్ వ్రాసివుంది. నవ్వుతో కోలగా సాగిన ఆ కళ్ళు , చెంపల్లో ఆ డింపుల్స్ – తనకులాగే, నాలుగేళ్ళ తన కూతురిలాగే – 'ఛ' కాదనుకున్నట్లుగా తల విదిల్చాడు.

చుట్టూ కలయ తిప్పి మొత్తం ఇల్లు తమ హాలు సైజు కూడా వుండదు. వీధిలోకి అడుగు పెడితే శల్యపరీక్ష చేసే మనుషులు. ఏం గొప్పతనాలున్నాయని జీవితంలో? ఏం చూసుకుని ఈ పిల్ల ఇంత ప్రశాంతంగా – ఇంత హాయిగా వుంది?

అతడి ఎదురుగా నిల్చోవడం ఆ తల్లికీ కష్టంగానే వుంది. పొయ్యిమీద కూర వుడుకుతోంది అంటూ లోపలికి వెళ్ళిపోయింది.

"ఎప్పటినుంచి వుంటున్నారు ఈ ఇంట్లో?"

"నేను పుట్టినప్పటి నుండి కదమ్మా!" – ఆమె లోపలి నుండే "ఆ" అంది.

చేదుగా గుర్తుకొచ్చింది ఇందాకటి సంఘటన. "బయట ఏమిటి? ఆ రౌడీ వెధవలు... ఆ పిచ్చివాగుడు... ఎప్పుడూ అంతేనా? ఎవరూ చెప్పరా?" అడగకుండా వుండలేక పోయాడు.

"వాళ్ళని తిట్టడానికి – బయపెట్టడానికి ఎవరూ లేరు కదా అన్నా! చుట్టుపక్కల అందరికీ మేము ఎప్పటినుండో తెలుసు కదా! కానీ ఎవరూ మాట్లాడరు.

చూసిచూడనట్లు వుంటారు. ఇక్కడ అమ్మాయిలందరికీ వాళ్ళతోటి కష్టమే! అందుకే కాలేజ్‌కి తప్ప ఎక్కడికీ పోవద్దంటుంది అమ్మ."

మరి మా అమ్మ, భవనంలాంటి ఇంట్లో తనను తాను బందీని చేసుకుంది. కిటికీనుండి బయటకు ఏ చెట్లవైపో... పెరటి గుమ్మంలో కూర్చుని దీర్ఘంగా ఎటో చూస్తూ గడిపేది. అతి తక్కువగా మాట్లాడేది. కల్పించుకుని ఏదైనా మాట్లాడినా చెప్పే విషయం ఆ మనిషిని ఒక్కోసారి చేరినట్లు వుండేది కాదు.

" చుట్టాలు కూడా ఎవ్వరూ మా ఇంటికి రారు అన్నా! మమ్మల్ని పిలవరు. ఒక్క ఫ్రెండ్ వాళ్ళ అక్క పెళ్ళి చూసా. అంతే! అమ్మ కూడా అంతే. ఎక్కడికీ తీసుకుపోదు."

అందరూ వుండి కూడా మా అమ్మ – అవమానంతో, సిగ్గుతో – చెయ్యని తప్పుకి అందరినీ దూరం పెట్టి – ఏ శుభకార్యాలకి వెళ్ళకుండా తనని తాను శిక్షించుకుంది!

తల్లి తాలూకు వ్యథ... వారసత్వం కొనసాగింపుగా మనసులో తెలియకుండానే అవి నిక్షిప్తం చేసిన గాయాలు. ఆమె పోయిన గత నాలుగేళ్ళలో మానిపోయినట్లు తోచినవి... పచ్చిగా రేగి ఎందుకో తెలియని బాధ. అంతకుమించి కోపం... అసలెందుకు వచ్చాడు తను ఇక్కడికి... ఈ పిల్ల – దీని తల్లి ఎవరసలు వీళ్ళు? ఎవరిచేతనైనా డబ్బు ఇచ్చి పంపించ వలసింది.

సమయం గడచి – మాటలు సృష్టించే గారడీలో అభిమానమో ఆత్మీయతో పెరగటం ఇష్టం లేదు. మొగ్గలోనే తుంచివెయ్యడం మంచిదనుకున్నాడు. అమాయకంగా చెప్పుకుపోతున్న ఆ అమ్మాయి మాటలకి చిరాకుగా అడ్డుతగులుతూ అడిగాడు. "సరేలే! ఇంతకీ చదువెలా సాగుతోంది? మార్కులేలా వస్తున్నాయి?"

అంతవరకూ సహజంగా వున్న నవ్వు, వెలుగు, మొహంలోనుండి జారిపోయాయి. క్షణకాలం బిత్తరపోయింది. తిరిగి వెంటనే తేరుకుని నవ్వుతూ ఫైల్ తీసి చేతికి ఇచ్చింది.

ఇన్స్టిట్యూట్ పేరు చూస్తే అర్థం అయింది. ఈ పిల్ల యూనివర్సిటీలో

ఇంజనీరింగ్ చేస్తోంది. అంటే మెరిట్ స్టూడెంట్. మూడో సంవత్సరంలో వుంది. అప్పటి వరకూ ప్రతి సెమిస్టరులో మార్కులు అటూ ఇటూగా తొంభైశాతం పరిధిలో వున్నాయి. ఈ లెక్కన మరో రెండేళ్ళలో మంచి ఉద్యోగంలో కుదురుకోగలదు. పర్లేదు. ఈ రొంపినుండి తొందరగానే బయటపడచ్చు.

అతని రియాక్షన్ కోసం ఆత్రుతగా చూస్తున్న చిన్నారికేసి చూస్తూ అప్రయత్నంగా "గుడ్" అన్నాడు. నవ్వింది.

"ఫైనల్ ఇయర్‌లో క్యాంపస్ ఇంటర్వ్యూస్ వుంటాయన్నా! మంచి మంచి ఐటి కంపెనీలు వస్తాయి రిక్రూటింగ్‌కి." ఆసక్తి లేనివాడిలా తల ఊపి వూరుకున్నాడు.

తండ్రి గురించో, చదువుల గురించో, తన ఫ్యామిలీ గురించో ఇంకేదైనా అతడు మాట్లాడితే బావుండుననివుంది ఆ అమ్మాయికి. గారాలుపోతూ ముచ్చట్లు చెప్పుకోవడానికి ఇతడు తన తండ్రి కాదు. అన్నే కానీ – ఓ అన్న ఇచ్చే చనువు ఇవ్వడు. ప్రేమ పంచడు. నెమ్మది నెమ్మదిగా అర్థం అవుతోంది.

బయట ఎవరో పరిగెడుతున్నారు – అరుపులు, నవ్వులు. ఆ వెధవలే అయి వుంటారు. ఇంటి చుట్టూ తిరుగుతూ గమనిస్తూ వుండి వుంటారు. ఎలా వుంటున్నారు వీళ్ళసలు ఇక్కడ? మరచిపోనీకుండా వాళ్ళ మాటలు బుర్రలో చెద పురుగుల్లా తొలుస్తున్నాయి. అసలు ఎవరో ఏమిటో తెలియకుండా అలా ఎలా అనేస్తారు?

"బయట ఆ రౌడీ వెధవలతో రోజూ న్యూసెన్స్ కదా! ఇక్కడ నుండి మరో చోటుకి మారాలని అనుకోలేదా?"

"అమ్మకి ఫ్యాక్టరీ దగ్గర అన్నా! ఎక్కడి కెళ్ళినా ఏదో ఒక సమస్య వుంటుదన్నా! ఇక్కడైతే అంతా తెలిసినోళ్ళు. ఎప్పటినుండో వుంటున్నాం. ఇప్పుడిస్తున్న అద్దెకు మరో చోట ఇల్లు దొరకదు మాకు."

పర్లేదు. చదువు పైన శ్రద్ధతో పాటు – జీవితం ఏర్పరచిన పరిధుల పైన కూడా అవగాహన వుంది. ఈ పిల్ల ఎక్కడైనా బ్రతకగలదు. మాటలతో తండ్రి తలపైన పెట్టిన బరువేదో దిగినట్లనిపించింది.

"ఇక్కడనుండి చిన్నారికి కాలేజ్ కూడా దగ్గర బాబు!" – అంది ఆమె లోపలి

గుమ్మంలోకి వచ్చి నిల్చుంటూ. ఆమె అలా వచ్చి నిల్చున్నాక అతడికింక అక్కడ వుండాలనిపించలేదు.

లేచి నిల్చుని జేబులో నుండి డబ్బులు తీసి టేబుల్ పైన పెట్టాడు. తల్లి ఎకవుంట్‌లో డబ్బులు వేసే ఉద్దేశ్యం లేదతడికి. "నీ పేరున బ్యాంక్ ఎకవుంట్ వుందా! డీటైల్స్ టెక్స్ట్ చెయ్యి – నీ చదువు పూర్తి అయ్యేవరకూ నాన్న కోరుకున్నట్లే నెలనెలా మనీ డిపాజిట్ అవుతుంది."

అందమైన ఊహ వాస్తవ రూపం రాకముందే కరిగిపోయింది. చిన్నబోయిన మొహంతో చటుక్కున తను కూడా లేచి నిల్చుంది. అతి కష్టం మీద గొంతు పెగుల్చుకుని "పైసలొద్దు అన్న! నువ్వొస్తుండు చాలు" అంది.

"సర్లే – అవన్నీ కుదిరేవి కావు. బ్యాంక్ డీటైల్స్ టెక్స్ట్ చెయ్యడం మరచిపోకు. నీ చదువయ్యే వరకూ హెల్ప్ చేస్తానని నాన్నకి మాటిచ్చాను." ఆ అమ్మాయి మొహంకేసి చూడకుండా పర్సు జేబులో పెట్టుకుంటూ చెప్పాడు.

ఏదో చెప్పాలని ప్రయత్నించింది. ఇంకొద్దిసేపు కూర్చోమని అడగాలనుకుంది. గొంతు ఒణికి సహకరించలేదు. అన్న వస్తాడని తెలిసినప్పటి నుండి ఊహల్లో విహరించింది. అతడొచ్చిన ప్రతిసారి ఆ వీధంతా మారుమ్రోగేలా – అన్నా! అన్నా! అంటూ పిలవాలనుకుంది. తనకో అన్నున్నాడని చుట్టుపక్కలవాళ్ళు తెలుసుకోవాలనుకుంది.

పరిధులు గీసుకుని దగ్గరకి రానివ్వని మనుషులు కొత్తకాదు ఆ అమ్మాయికి. కానీ ఇతడు కూడా అందులో ఒకడు కావటమే కష్టంగావుంది. తేరుకుని గుమ్మం దగ్గరకు వెళ్ళేలోగా అతడు దాటి వెళ్ళిపోయాడు.

★★★

అతడు ఊహించినట్లే ఆ నలుగురు కిరాణాషాప్ దగ్గర తచ్చాడుతున్నారు. ఆ అమ్మాయితో ఇంటికి వెళ్తున్నప్పుడు వాళ్ళు అన్న మాటలు ఇంకా వెంటాడుతూనే వున్నాయి.

బైక్ స్టార్ట్ చేసాడు. "అప్పుడే తీరిపోయిందిరా మోజు" అన్నాడొకడు – వినిపించింది. వెంట వెంటనే ఇంకేదో బూతు మాట అన్నాడు మరొకడు – అదీ

వినిపించింది. తేలి వస్తున్న వెకిలి నవ్వుల మధ్య ఇంకా ఏవేవో అంటూనే వున్నారు. బైక్ కదిలిన శబ్ధంలో సగం సగంగా వినిపిస్తున్నాయి. మాటల సుడిగాలిలో చిక్కుకున్నట్లు కదలిపోయాడు. మనసంతా చేదుగా వెగటుగా అయిపోయి – "ఛీ! ఛీ!" అనుకున్నాడు.

నవ్వినప్పుడు చెంపల్లో సొట్టలు పడే ఆ లేత మొహం గుర్తుకొస్తోంది. 'చిన్న పిల్లరా అది' – తండ్రి మాటలు గుర్తుకు వస్తున్నాయి.

బాధ, కోపం, ఆవేశం – కలగలిపి తన్నుకొచ్చాయి. కళ్ళ పైనుండి సన్ గ్లాసెస్ తలపైకి మార్చి... 'బాస్టర్డ్స్' అని అరుస్తూ దూకుడుగా బండి వాళ్ళపైకి నడిపాడు. ఓ అంటూ పరిగెడుతున్న వాళ్ళలో ఒకడి కాలర్ దొరకబుచ్చుకున్నాడు. వాడు క్రిందపడి రెండు చేతులతో విడిపించుకుని, మొత్తానికి లేచి పరిగెత్తాడు.

ఆఖరి ప్రయత్నంగా ఒంగి... దొరికిన రాయి చేతిలోకి తీసుకుని... పరిగెడుతున్న వాళ్ళవైపు బలంగా విసురుతూ "అది నా చెల్లెలు రా!" అంటూ అరిచాడు. ఆ అరుపు మోటర్ బైక్ శబ్ధంలో కలిసిపోయింది.

అముద్రితం 2023

మోహన వంశీ

పొద్దు వాటారుతున్న ఆ వేళ, ఎగిసి లేస్తున్న గోధూళిది నీలి ఆకాశాన్ని అందుకునే ప్రయత్నం. ఉరకలేస్తూ గోవులు వాటి వెనుకనే గోపాలకుల రాకతో నందగోకులం వీధులన్నీ సందడి నింపుకున్నాయి.

"ఎళ్లనా అయ్యా!.. అదే రేపటి పున్నమి రాత్రి... ..." చావిడి స్తంభానికి చేరగిలి నిల్చున్న పది హేనేళ్ళ శ్రావణి తండ్రి సమాధానం కోసం ఆతృతగా చూసింది.

వీధి అరుగు మీద కూర్చుని ఆవు దూడకి చిక్కం అల్లుతున్న తండ్రి ఆమె మాట పూర్తికాక ముందే తలెత్తి చూశాడు. తీగలాంటి శరీరం – పల్చని అమాయకమైన మొహం – 'నా కూతురింకా చిన్నది' అనుకున్నాడు. తిరిగి చిక్కం అల్లుతూ చెప్పాడు. "ఇప్పుడొద్దులే అమ్మా! మళ్ళీ నెల పెళ్ళి పనులంటూ అత్తమ్మ ముందుగానే వొస్తుందాయే! ఆమెతో కలిసి వెళ్దువుగానీలే." కాదనకుండా కాదన్న తీరు ఈసారికి.

ఇంతకు మునుపు కూడా తండ్రి నుండి అభ్యంతరాలు అనేక రూపాల్లో వచ్చాయి. చిన్న పిల్లవి తల్లీ! అనో – తల్లి లేనిదానివమ్మా! అనో – పెళ్లి కావలసిన పిల్లవనో. తీరా మళ్ళీ వచ్చే పౌర్ణమికి ఏ కారణం చెపుతాడో కదా ఈ తండ్రి!

నిరాశని సన్నని నిట్టూర్పులో కప్పి పుచ్చుతూ తమ్ముడికేసి చూసింది. ఆవు దూడ మెడ చుట్టూ చేతులు వేసి ఆడుతున్న పదమూడేళ్ళ చంద్రుడు ఇదేమీ పట్టనట్లే వున్నాడు.

మగపెళ్లివారికి స్వయంగా ఆహ్వాన పత్రికలు ఇచ్చేందుకు తండ్రి చిన్నాయనతో కలిసి మరుసటి రోజున పక్క ఊరికి వెళ్తున్నాడు. రాత్రికి అక్కడే చెల్లెలి ఇంట వుండి ఆ మర్నాడే తిరిగి రావడం. లోన మెత్తని గడ్డి పరిచి, పూల దండలతో అలంకరించబడిన బండి ఓ పక్కగా నిలిచి వుంది. మువ్వలు కూర్చిన కొత్త గంటలతో ముస్తాబైన గిత్తల జంట – మరుసటి రోజు ప్రయాణానికికై ఇంటి పట్టునే వుండి విశ్రాంతి తీసుకుంటున్నాయి. పెళ్లి వారింటికి తీసుకు వెళ్ళాల్సిన పిండి వంటలు, ఆహ్వాన పత్రికలు మధ్య సావిడిలో పేర్చి వున్నాయి.

ఇంటి వెనుకకి చేరి, ఆలమందల కోసం నీళ్ళు తోడి పోసి – వెదురు బద్దలా సాగి వెన్ను సవరించుకుంది శ్రావణి. గాలి విసురుకి వల్లెవాటు కొంగు తెరచాపలా పైకి లేచి సుడి తిరిగింది. అదుపు చేసుకునే ప్రయత్నంలో తల పైకెత్తి నీలి మేఘాలను చూసి ఉలిక్కి పడింది. రేపటి రోజున కాకపోతే ఇక కుదిరేదెప్పుడు? పెళ్ళయి ఈ ఇంటి గడప మరింక ఈ బృందావనం దాటి పరాయి ఊరికి చేరిందంటే కలలో కూడా ఊహించుకునే అవకాశం రాదు. ఆ నల్లనయ్య వేణుగానం, గోపికల నృత్యం ఈ జన్మకి చూసే అవకాశం తనకి లేదేమో! దిగులు కమ్ముకుంది.

★★★

సంవత్సరకాలం గడిచి తిరిగి వచ్చిన అతిథి. శరదృతువుని బృందావనం ఆత్మీయంగా ఆలింగనం చేసుకుంది. ఉండీ ఉండీ వీచే చల్లని ఉదయపు గాలికి నేల రాలిన ఆకులు గమ్యం లేకుండా తిరుగుతున్నాయి. గాలి పోసుకుంటున్న వెదుళ్లు ఎవరినో అనుకరించే ప్రయత్నంలో విఫలమవుతున్నాయి.

ఒడ్డున కూర్చున్న శ్రావణి చూపులు యమునని దాటి... దాటి... నింగి నేలని తాకే చోట చిక్కుపడి పోతున్నాయి. కాళ్ళ మధ్యన ఖాళీ బిందె నీటి పైన వృత్తాలు తిరుగుతోంది. చుట్టూ వినవస్తున్న నవ్వులూ కేరింతల మధ్య ఆమె ఒంటరి. ఊరులో ఒకరిద్దరే స్నేహితులు. అంత సన్నిహితులేమి కారు. ఎప్పుడైనా ఎవరితోనైనా ముచ్చట పెట్టుకుంటే "ఎందుకు తల్లీ! ఆ ఊసుపోక మాటలు?

అక్కడి నుండి లేని పోని పోల్చుకోవడాలు" అంటూ తండ్రి వారించేవాడు. మారు మనువు మాట తలపెట్టకుండా తమని ప్రాణంలా చూసుకుంటున్న తండ్రి మాటకి కట్టుబడి వుంటారు అక్కా తమ్ముడు.

ఎట్టకేలకు బిందె నీటితో నింపి కదిలింది. ఒకసారి ఇంటికంటూ వెళితే బందీనైపోతానేమోనన్న భయం. దారిలో కనిపించినంత మేర ఎదురైన స్త్రీలందరూ గొప్ప సంబరంలో వున్నట్లున్నారు. పూల మాలలు కట్టుకుంటూ – సాంబ్రాణి పొగలతో కురులు ఆరబెట్టుకుంటూ సందడి సందడిగా వున్నారు.

"ఏమ్మా! పెళ్ళికూతురా! ఆ నత్త నడకలు – మన సెక్కడ పారేసుకున్నావేమిటి?" – ఎదురైన చెలి ఒకతె వేళాకోళమాడింది. మేనత్త స్వయంగా తీసుకొచ్చింది పెళ్ళి సంబంధం. శ్రావణ మాసపు వేడుకలంటూ అత్త ఇంటికి వెళ్ళినప్పుడు చూశాడు ఆ పిల్లవాడు. శ్రావణినే చేసుకుంటానని పట్టుబట్టాడుట. ఆ వేడుకల జాతరలో ఆసక్తిగా వెంట తిరిగిన అతడు గుర్తున్నాడు ఆమెకి. నచ్చాడు. ఇష్టపడింది. ఇంకా చిన్నపిల్ల, అప్పుడే చేతికి అందిరాని కొడుకు అంటూ – ఇదివరకు ఇతర సంబంధాలకు అభ్యంతరం చెప్పిన తండ్రి ఈసారి మహదానందంగా ఆ కార్తీకంలోనే పెళ్ళి ముహూర్తాలు చూసేశాడు. 'అత్తమ్మ కనుసన్నలలో వుంటుంది నా కూతురు' అంటూ ఆనందించాడు.

ఇప్పటివరకూ ఏదో ఒక రోజున తండ్రి ఒప్పుకుంటాడని ఎదురుచూసింది. పున్నమి రాత్రి బృందావనానికి వెళ్ళాలని – కృష్ణుని వేణుగానం వింటూ గోపికలతో కలిసి ఆడిపాడాలని కలలుకంది. ఆ కోరిక నెరవేరకుండానే అత్తవారింటికని పరాయి ఊరు వెళ్ళిపోవలసి వస్తోంది. తల్లేవుండి వుంటే ఇంట ఎలాంటి అభ్యంతరం వుండేది కాదేమో!

నడక నెమ్మదైంది. కుడివైపు తిరిగితే నందరాజు ఇంటికి వెళ్ళేదారి. కృష్ణలీలలను వింటూ పెరిగింది. తల్లి వున్న రోజుల్లో పన్నెండేళ్ళ వయసు వరకూ స్నేహితురాళ్ళతో కలిసి ఆ వీధిలో ఎన్నోమార్లు తిరిగింది. కృష్ణుడు ఎదురుపడ్డప్పుడు నిస్సంకోచంగా కళ్ళలో కళ్ళు కలిపి స్వేచ్ఛగా నవ్వింది. ఇప్పుడెదురైతే గుర్తుపడతాడా? అయినా దగ్గరగా చూసి ఎన్నేళ్ళయిందని? ఎందుకో యుగాలు గడిచినట్లుగా వుంది.

ఆలోచనలలో పరిసరాలు మరచి నడివీధిలో ఆగిపోయిన శ్రావణి – "అక్కా" అన్న పిలుపుతో ఉలిక్కిపడి పక్కనే నిల్చున్న తమ్ముడికేసి అయోమయంగా చూసింది. "రా! ఇంటికి పోదాం" – అంటూ బిందె అందుకుని ముందుకు దారితీశాడు.

వసపిట్టలా వాగే తమ్ముడు ఎలాంటి ముచ్చటా లేకుండా వెంట నడవడం కూడా ఆమె గుర్తించలేదు. ఇంటికి వచ్చి రాగానే అన్నాడు – "అక్కా! ఈ రాత్రి నేను తోడు వస్తాను. నువ్వెళ్ళు బృందావనానికి."

ఒక్కమాటుగా ఉలిక్కిపడి విన్న విషయం నిజమేనా అన్న సంశయంతో తమ్ముడికేసి చూసింది.

"నిజం అక్కా! ఎవరికీ కనిపించని దూరంలో ఆగిపోయి నీకోసం ఎదురు చూస్తాను. అందరి కన్నా కొన్ని క్షణాలు ముందుగా తిరిగి వచ్చావంటే – ఇద్దరం కలిసి ఇంటికి వచ్చేయ్యొచ్చు."

తమ్ముడి చేతిలో బిందె అందుకుని కుదురు మీద పెడుతూ "అమ్మో! అయ్యకి తెలిస్తేనో!" అంది.

ఆమెని ఓ మెట్టు పైన కూర్చోపెట్టి తను క్రింద కూర్చుని చెప్పసాగాడు. "అమ్మ పోయిన నాటికి నీకు పన్నెండేళ్ళు. నాకు పది. అయ్య ఒక్కడే చేసుకోలేడని కదా ఆ రోజు నుండి ఇంటిపనులు వంటపనులు అన్నీ చేస్తున్నావు. నన్నూ నా అల్లరిని విసుగు లేకుండా భరిస్తున్నావు. ఆడపిల్లవని, తల్లి లేనిదానివని అయ్య భయాలు అయ్యకి వుండొచ్చు. కానీ... అంత మాత్రాన నీ తోటి యువతులకి వుండే హక్కు నీ కెందుకు వుండకూడదు."

మాట్లాడుతున్న తమ్ముడికేసి విస్మయంగా చూస్తుండిపోయింది.

"నీ కెందుకు, నువ్వు వెళ్ళు అక్కా! నేను వస్తా నీకు తోడుగా! నందగ్రామంలో వున్న ప్రతి స్త్రీకి కన్నయ్య వేణుగానం వింటూ బృందావనంలో ఆడిపాడే హక్కువుంది. పెళ్ళయి ఈ ఊరు దాటావంటే నీ పైన ఎలాంటి ఆంక్షలు వచ్చి పడతాయో! ఈ రాత్రి నీది! ఎలాంటి సంకోచం లేకుండా వెళ్ళిరా!"

శ్రావణికి భయం తగ్గలేదు. అయ్యకి తెలిస్తేనో! తిట్టడు. కానీ మనసు

కష్టపెట్టుకుంటాడు. జీవితాంతం తమ ఇద్దరి మధ్య ఆ నొప్పి ముళ్ళతెరలా వుండి పోతుందే!

తమ్ముడు అర్థం చేసుకున్నవాడిలా చూశాడు. "అయ్యకి నువ్వెళ్ళినట్లు ఎవరైనా చెపుతారని అనుకోను నేను. ఈ ఊరిలో ఆ యశోదమ్మ బిడ్డ ఆటా పాటా చూసివచ్చిన వారెవరూ ఆ వివరాలు మాట్లాడుకోవడం కానీ, చర్చించడం కానీ నేనెప్పుడూ వినలేదు. నువ్వు కానీ విన్నావా! ఊరి జనం అమ్మవారి గుడికి వెళ్ళడం ఎంత సహజమో, బృందావనంలో మీ యువతులు కృష్ణయ్య వేణుగానానికి ఆడిపాడడం అంతే సహజం. అంతగా తెలిసినట్లైతే – నేను చెపుతాను అయ్యకి. నిన్ను ఒప్పించి స్వయంగా నేనే దగ్గరుండి తీసుకు వెళ్ళానని. ఆ కోపమేదైనా వుంటే అయ్యకి నా పైన మిగలాలే కానీ – పెళ్ళయి పరాయి ఇంటికి వెళ్తున్న నీ మీద మాత్రం కాదు!"

శ్రావణికి కళ్ళు చెమర్చాయి. మనసు నిండిపోయింది. తనకన్నా రెండు గుప్పెళ్లు పెరిగాడే అనుకుంది కానీ – ఇన్ని విషయలు మాట్లాడగలిగే ఆరింద అయ్యాడని ఆ క్షణానే తెలిసింది.

కలకాదు కదా అన్న తీరులో తమ్ముడి చెక్కిలి తాకి చూసింది. "నిజంగా! వెళ్ళనా?!"

చంద్రుడు నవ్వి అక్క చేతి పైన తన చేతిని వుంచాడు.

★★★

పొద్దు గడిచేలోగా తలస్నానం చేసి, ఆరి ఆరని జుత్తుని జడ కుప్పెలతో కలిపి వొదులుగా అల్లుకుంది. నుదుటిని కస్తూరి తిలకం, కంటికి కాటుక. కాళ్ళకి ఎప్పుడూ వుండే మువ్వల పట్టీలే! చెవులకీ చేతులకీ ఎప్పుడూ వుండే ఆభరణాలే! వేసుకున్న నీలిరంగు పరికిణీ వల్లెవాటు పాతవే. ఎవరైనా పొరపాటున ఎదురైతే – తప్పి పోయిన లేగ దూడని వెతుకుతూ వచ్చానంటే నమ్మేలా వుండాలి.

ఆనందమే కదా అందం. వెలిగే అక్క కళ్ళకేసి చూస్తూ "బావున్నావక్కా! కృష్ణుడికి మల్లే!" అన్నాడు చంద్రుడు. ఆడా మగా అన్న భేదం లేకుండా ఊరందరూ ఏకగ్రీవంగా ఒప్పుకునే అత్యంత అందగాడు కృష్ణుడు. అలాంటి అందగాడితో

పోల్చడమే అనుకుని "అమ్మో!" అంది తప్పు అన్న సూచనగా చూపుడు వేలు పెదవిపై ఆనించి. "నిజ్జం" – అన్నాడు తమ్ముడు నవ్వుతూ!

★★★

వెన్నెల పుంజుకునేలోగా తాత్కాలిక విజయం ప్రకటించిన చీకట్లలో ఊరు నెమ్మదించింది.

అక్కా తమ్ముడు ఎదురు చూస్తున్నారు. కొన్ని సూచనలు అందుతున్నాయి. అందెల రవళులు, గాజుల గలగల, సనసన్నని నవ్వులు. కొత్త వస్త్రాల గరగరలతో పాటు... వీధిన నడిచి వెళ్ళేవారి నుండి గాలి సంగ్రహించి తెచ్చిన కస్తూరి పరిమళాలు కూడా వారిని చేరుతున్నాయి.

మరికొంత నిరీక్షణ. ఆపైన వేణుగానం తేలివచ్చి చెవులకి సోకింది. ముందర తమ్ముడు వెనుక అక్క కదిలారు. ఇంకెవ్వరి పొడ కనిపించని ఆ పరిసరాలు ఆమెకి ధైర్యాన్ని ఇస్తూ తమ్ముడి వెంట నడిపించాయి.

గుబురైన చెట్ల నీడలలో మరి కొంత దూరం నడిచాక కడిమి చెట్టు దగ్గర ఆగాడు చంద్రుడు. ఒడుపుగా ఎగిరి చెట్టు కొమ్మల మధ్యకి చేరుకుంటూ ముందుకు వెళ్లమన్నట్లు శ్రావణికి సంజ్ఞచేశాడు. పదహారు కళలతో వెలుగుతున్న శరద్చంద్రుడు ఆపైన తోడైనాడు.

★★★

శారద రాత్రి. చిక్కని వనవృక్షాల నడుమనున్న ఆ ప్రదేశం జగత్తు అంతటికీ కేంద్రమైనట్లు వెలుగుతోంది. మురళి మోమునదాల్చినవాడు కేంద్ర బిందువైనాడు. నాదానికి కట్టుబడి అతడి చుట్టూ లయగా కదులుతున్న గోపికల వలయం. కోలాటమాడే సమయంలో పక్కన జత కలుపుతున్నది ఒకపరి చెలి మరొకపరి మాయావి కృష్ణుడు. రాసలీలకు వేళ అది.

అక్కడి దాకా వేగంగా వచ్చిన శ్రావణి పొగడ చెట్టు క్రింద బెరుకుగా ఆగిపోయింది. పైట కొంగును తలపై నుండి చుట్టి – కొసను మునిపంట నొక్కిపట్టింది.చెట్టునిఆసరాగాచేసుకునినిలచిపోయింది.తనకుతెలిసినవారెవరా అని గోపికల నొక్కొక్కరినే చూస్తూ తిరిగి కృష్ణుని చూసే సమయానికి అతడామె

చూపును ఎదుర్కొని సమ్మోహనంగా నవ్వాడు. వున్నవాడు అక్కడున్నట్లే వుండి... విడివడి ఆమె దగ్గరగా వచ్చి... నవ్వుతూ చేతిని అందుకుని తెచ్చి నాట్యమాడుతున్న భామల మధ్యన వదిలాడు.

కృష్ణుడు దగ్గరగా వచ్చినప్పుడు మేనిలో కలిగిన అలజడి నెమ్మదించి వారిలో ఒకరుగా కలిసిపోయింది. ఆమె రాక ఎవరికీ తెలియకుండా వుంచుదామని అనుకున్న విషయం పూర్తిగా మరుపుకొచ్చింది. గోపికలు కూడా అతి సహజంగా ఆమెని తమలో కలుపుకున్నారు. వారితో కలిసి లయబద్ధంగా అడుగులు వేయసాగింది.

ఒకరి చేతులు మరొకరు అందుకుని కలిసి కొంత సమయం, విడివడి కోలాటమాడుతూ మరికొంత సమయం – మురళీరవళికి కట్టుబడి నాట్యలీల కొనసాగుతోంది. అలసిన వాళ్ళు చెట్ల మానులపైన, బండరాళ్ళ పైనా కూర్చుని జరుగుతున్న జగన్నాటకానికి సాక్షులవుతున్నారు. విరామం లేని వేణుగానం వారందరిని మోహంలో ముంచివేస్తూ నలుదిసలా వ్యాపించి వ్యాపించి ... ఎగసి... పైకెగసి... దివ్యలోకాలకి చేరుతోంది.

అలసిన శ్రావణికి ఓ చోట కూర్చుని మురళీరవం వింటూ తదేకంగా కృష్ణుని, నాట్యమాడుతున్న గోపికలని చూడాలనిపించింది. అనుకున్నదే తడువు చెట్టు మానుని ఆనుకుని విశ్రాంతిగా కూర్చుంది. జరుగుతున్నది కలయో మాయో అర్థంకాని స్థితి. మధురిమలు నింపుకున్న వేణుగానం – ఊహకు మించిన ఈ సౌందర్యం – ఈ అలౌకిక ఆనందం – భువన మోహనమైన మరేదో లోకానికి వచ్చినట్లుంది ఆమెకు.

మురళితో వెన్నెల పోటీపడుతోంది. నాదంతో నాట్యం మెరుగు పెట్టుకుంటోంది. ఆడుతున్న గోపికలది పారవశ్యం. కూర్చుని చూసేవారిది తన్మయత్వం. పున్నమి వెన్నెల మరింత ప్రగాఢమైన ఆ మలిజాము గడియలలో కొత్తదనపు ఉనికేదో నెమ్మదిగా వారి మధ్య చోటు చేసుకుంది. సరి కొత్త పరిమళమేదో చుట్టూరా ఆవహించింది. కూర్చున్న శ్రావణి మోచేతిని తట్టి చూడామని సైగ చేసింది చెంతనున్న గోపిక. ఆడుతున్న గోపికల మధ్యన ఎవరా వనిత? గోపస్త్రీ కాదు. తమ ఊరి మనిషి కాదు. ఇంతకు మున్నెప్పుడూ చూడలేదు.

వెన్నవంటి దేహఛాయ! అగరు ధూపం రంగు వలువలు. పూలమాలతో చుట్టి బంధించిన ఒత్తైన కురులు. విశాల నయనాల మధ్యన పొడవుగా తీర్చిన తిలకం. పెదవులపైన ఆగని చిరునవ్వు. కదలికలలో నేర్పైన లయ!

"ఎవరది?" – కుతూహలంగా అడిగింది శ్రావణి పక్కనున్న గోపికని. "మధురానగరవాసియో? రాచకన్యయో? మరి దేవకన్యయో? ఊహూ! – మధురలో కూడా నేజూడలేదు ఇంతటి సౌందర్యరాశిని" – తనలో తాను అనుకున్నట్లుగా జవాబిచ్చింది ఆమె.

మరి కొద్ది సమయంలో – పరిసరాల స్పృహ వీడి ఆ నర్తకి భావావేశం వేరు ఉపరితలంలోకి ప్రవేశించింది. అప్పటి వరకూ అందరితో కలిసి నర్తిస్తూ కేవలం లయబద్ధమైన ఆమె కదలికలో ఏదో మార్పు. భావవ్యక్తీకరణలో ఏదో కొత్తదనం. తక్కిన గోపికలకు ఏమి జరుగుతోందో తెలిసేలోగా విస్మయంతో వాళ్ళ లయ నెమ్మదించింది. వారు మునుపెన్నడూ చూడని హావభావాలు, కరవిన్యాసం, హస్తముద్రలు, పాదాల కదలిక ఆమె సొంతం. ఆ ప్రత్యేక నర్తనాన్ని కళ్ళారా చూడాలన్న కుతూహలంతో గోపికలు ఆమె నుండి విడివడి దూరంగా జరిగారు.

లయ జతియై, జతి నృత్తమై, నృత్యమై, నాట్యమై, లాస్యమై... తనను తాను మరచి పురి విప్పిన నెమలివలె ఆమె నర్తించసాగింది. వేణుగానం ఒక్క క్షణం లయతప్పి తిరిగి నిలదొక్కుకుంది. అలౌకిక తన్మయత్వంలో అరమోడ్పులై వున్న కృష్ణుని కళ్ళు విచ్చుకున్నాయి. అతడి మోములో విస్మయం, హాసం ఒకేసారి తొంగిచూశాయి. ఆమె హావభావాలకు అనుగుణంగా మారే ప్రయత్నంలో మురళీనాదం తడబడింది. ప్రయత్నమైతే మరికొంత సేపు కొనసాగింది.

జలపాతాన్ని తలపోసే ఆ నాట్య వేగానికి వేణుగానాన్ని జోడించడం సాధ్యమా?!

అది లాస్యం, అది నర్తనం, అది నృత్యం, అది నాట్యం!

అది పరవశం, అది మోహం, అది కేళి, అది తాండవం!

ఆమె వేగానికి జత కలపలేక మురళి మూగపోయింది. గానం ఆగిన కొద్ది

క్షణాలకి నృత్యం నెమ్మదించి... ఆగింది. గోపికలందరూ నిశ్చేష్టులై ఎక్కడివారక్కడ నిలిచిపోయారు.

మురళిని రెండు చేతుల మధ్యన వుంచి తలవొంచి నవ్వుతూ కృష్ణుడు ఆమెకి అభివాదం చేసాడు.

"నమో నటరాజ! నమో నమః!!"

చిరునవ్వుతో తలవొంచి అభివాదం స్వీకరించి నాలుగు అడుగులు వెనుకకు వేసి ఆ నర్తకి అదృశ్యమైంది.

ముందుగా తేరుకున్న శ్రావణి వెనుతిరిగి తమ్ముడున్న చోటుకి చేరుకుంది. ఇంటికి చేరుకున్నాక వర్ణించి వర్ణించి శ్రావణి చెపుతున్న విషయాన్ని సంభ్రమాశ్చర్యాలతో విన్నాడు చంద్రుడు. అంతటి అద్భుతం జరిగాక శ్రావణి వెళ్ళిన విషయం కడలిలో నీటిబొట్టు వంటిదని, ఎవరికీ పట్టదని అక్కాతమ్ముళ్ళిద్దరికీ అనిపించింది. అది అలాంటి ఇలాంటి సంఘటన కాదే! అందుకే చంద్రుడు మళ్ళీ మళ్ళీ అడిగి చెప్పించుకున్నాడు. ఆ ముచ్చటతోనే వారికి తెల్లవారిపోయింది. ఆ ముచ్చటతోనే పల్లె నిద్ర లేచింది.

నందగ్రామంలో ప్రజలకు అది ముందు రోజులాంటి రోజు కాదు. ఏనాడూ బృందావన లీలల గురించి ఈసంతైనా మాట్లాడని గోపికలు ఆ రాత్రి తాము చూసిన ఆ నర్తకి సౌందర్యాన్ని ఆమె అపురూప నాట్యాన్ని చిలువలు పలువలు చేసి చెప్పుకున్నారు.

ఊరు, వాడ, నగరం, రాజ్యం దాటి కథ అమరం అయింది. కని విని ఎరిగిన కథ! కాలానికి నిలిచి చిరస్మరణీయమైన కథ! అందుకు సాక్షిగా బృందావనంలో యమునా నదీతీరంలో కృష్ణుని మునిమనుమడైన వజ్రనాభుడి పర్యవేక్షణలో గోపేశ్వర్ మహదేవుని ఆలయం వెలిసింది.

ఆంధ్రజ్యోతి ఆదివారం అనుబంధం – 2 ఏప్రిల్ 2023

నన్ను మరచిన వేళ

పన్నెండో గది తలుపు నెమ్మదిగా తెరుచుకుంది... అప్పటి వరకు బందీగా వున్న సంధ్య మెరుపు వేగంతో మాయమయ్యింది. కదిలి పోతున్న అరుణ వర్ణ సౌందర్యాన్ని తలుపు పక్కనే నిల్చుని చూస్తుండిపోయాడు రేడియో.

అంతకు అరగంట క్రితం...

“మనిషి స్పర్శ... కంటి చూపు... ఆరాధనలకి మనమే కేంద్రం అయ్యాం. మనిషికి మనిషికి దూరం పెంచి పెంచి మనకి బానిసలని చేసుకోవడంలో విజయాలు సాధిస్తూనే వున్నాం. మనని సృష్టించిన మనిషే మనకి దాసోహమంటున్నాడు. చాపక్రింద నీరులా... నీటి అడుగున నాచులా... చాకచక్యంగా మానవ జీవితాల్లోకి చొచ్చుకొని పోతున్నారు మనవాళ్ళు. మనం చల్లిన మత్తులో ఎవరికివారు తమ చుట్టూ ఒక మిథ్యా ప్రపంచాన్ని సృష్టించుకొని... ఒకరితో ఒకరికి సంబంధం లేకుండా జీవితాలని గడిపేస్తున్నారు” చెప్పాడు టీవీ సీనియర్.

కంప్యూటర్లూ, స్మార్ట్ ఫోన్లు, పాడ్‌లు, ప్యాడ్‌లు, ట్యాబ్లెట్‌లు, వీడియో గేమ్స్, మ్యూజిక్ ప్లేయర్లతో నిండి వున్న ఆ హాలు కరతాళధ్వనులతో మారు మ్రోగిపోయింది.

"ఇంట్లో, ఆఫీస్‌లో, కాలేజ్‌లో, హోటల్స్‌లో... వెకేషన్‌లో ఎక్కడికి వెళ్ళినా కంప్యూటర్, ఇంటర్‌నెట్ సదుపాయం వుందా అనే తప్ప భోజన సదుపాయం వుందా అని ఆలోచించడం లేదు మనిషి. కుటుంబంలో మనుషులకన్నా కంప్యూటర్‌ల సంఖ్యే ఎక్కువవుగా వుంటున్నాయి. ఇక వీడియో గేమ్స్, మ్యూజిక్ ప్లేయర్లు లేని ఇల్లే కనిపించదు." మళ్ళీ చప్పట్లు.

టీవి సీనియర్ మళ్ళీ చెప్పసాగాడు. "ఈ డిజిటల్ ఏజ్‌లో మనిషికన్నా మనమే మిన్నా అని ప్రూవ్ చేస్తున్నారు మన స్మార్ట్ ఫోన్, ఐప్యాడ్, ఐపాడ్‌లు. అవి చేతిలో లేకుండా యువత కంటికే కనిపించరు. గర్ల్ ఫ్రెండ్, స్మార్ట్ ఫోన్ రెండిటిలో ఏదో ఒకటే ఎన్నుకోమంటే ఫోన్ ఎంచుకునే వాళ్ళే ఎక్కువమంది వుంటారు. అమ్మాయిలయినా అంతే." ఈసారి అందరూ నవ్వుతూ స్మార్ట్ ఫోన్ కేసి చూసారు. ఆమె ఓరగా ఓసారి కంప్యూటర్ కేసి చూసి సన్నగా నవ్వింది.

వెనుక వరసలో కూర్చుని ఇదంతా చూస్తున్న రేడియో నెమ్మదిగా లేచి బయటికి వచ్చాడు. అతనినెవరూ పట్టించుకోలేదు. పట్టించుకోరని కూడ తెలుసు. ఏదో కసి... మరేదో చిరాకు. తనొక్కడే ఈ ప్రపంచంలో వున్నప్పటి రోజులు గుర్తుకువచ్చాయి. అప్పట్లో మనిషి జీవితంలో తనో చిన్న భాగం. కాని ఇప్పుడో... తనలాంటి ఎలక్ట్రానిక్ పరికరాల్లోనే మనిషి జీవితాన్ని వెతుక్కుంటున్నాడు. ఉదయం లేచినప్పటినుండి నిద్రలోకి జారిపోయే వరకు అవే అతని లోకం.

వచ్చి వచ్చి అతను మూసివున్న పన్నెండో గది దగ్గర ఆగిపోయాడు. తమ కుటుంబంలోకి అడుగు పెట్టే ప్రతివాళ్ళకి ఆ తలుపులు తెరవకూడదని చెప్పే పెద్దవాళ్ళలో అతనూ ఒకడు. తాళం చెవి అతని దగ్గరా వుంది. నెమ్మదిగా తాళం తిప్పి తలుపు తోసాడు.

గది తలుపు నెమ్మదిగా తెరుచుకుంది... అప్పటి వరకు బందీగా వున్న సంధ్య మెరుపు వేగంతో మాయమయ్యింది. కదిలి పోతున్న అరుణ వర్ణ సౌందర్యాన్ని తలుపు పక్కనే నిల్చుని చూస్తుండిపోయాడు రేడియో.

★★★

మెటాలిక్ వాతావరణంలో ఏదో తెలియని అలజడి... ఎక్కడో ఏదో తెలియని

మార్పు. పరిగెత్తుకొని వచ్చి చెప్పిందో పిల్ల ప్యాడు 'పన్నెండో గది తలుపు ఎవరో తెరిచారని'.

ఒక్కసారిగా కలకలం. "ఎవరు? ఎవరు తెరిచి వుంటారు?" ప్రశ్నలు... కేకలు... "ఆపండి... ఆపండి... తిరిగి ఎలాగయిన పట్టి బంధించండి!" ఆయాసపడుతూ అరిచాడు సీనియర్ టీవి. అందరూ హడావిడిపడుతూ లేస్తుండగా ఐప్యాడ్ గట్టిగా అరిచి చెప్పింది "ఆగండి! కంగారు పడకండి! ఇప్పుడొచ్చిన నష్టమేమిలేదు." అందరూ ఆగి ఏమిటన్నట్లు చూసారు. "తప్పించుకున్న సంధ్యనెవరూ గుర్తించటంలేదు. అందరూ ఇటు చూడండి!"

తెరలు తెరలుగా దృశ్యాలు కదిలి పోతున్నాయి. "నిజమే! పాపం! ఎవరూ పట్టించుకోవటం లేదు" అన్నారెవరో. మళ్ళీ చప్పట్లు వినిపించాయి దూరంగా వెళ్ళిపోతున్న రేడియోకి.

★★★

కనుచూపు మేర ప్రపంచమంతా అద్భుతమయిన వెలుగు పరుచుకుంది. వెండి వెన్నెల్లో దోసెడు సూర్య కాంతి కలిపి చల్లినట్లు కొండలూ, లోయలూ, సెలయేళ్ళు, పచ్చిక బయళ్ళూ... సరిక్రొత్త రంగులని సంతరించుకున్నాయి. పడమటి దిక్కున అరుణిమని చెంపలకి అద్దుకొని... సింధూర వర్ణం దుస్తులు ధరించి... బంగారు జలతారు మేలి ముసుగులో... వెండి మబ్బుల పల్లకీ ఎక్కి... వచ్చింది సంధ్య. పక్షిని, పశువుని, మనిషిని, మానుని, పుడమి పయిన అణువణువుని తాకి మరీ చెపుతోంది ' ఇదిగో... నేనొచ్చాను సుమా! మీ కోసమే! మీ ఆనందం కోసమే!'

తనువు పులకరించి తరువులు నాట్యం చేస్తే... చిటారు కొమ్మన చిన్నిపిట్టలు చిరు చిరు సవ్వడులు చేస్తూ ఉయ్యాలలూగాయి. గూటికెగిరిపోబోయిన గువ్వల జంట గాలి పాట వింటూ గమ్యాన్ని మరచి పొయాయి. అడవిలో జింక పిల్లలు అదాటుగా లేచి చెంగుచెంగున గంతులు వేస్తూ పరిగెత్తసాగాయి.

ఇటు జనారణ్యంలో ఎటు చూసినా సంధ్య రాకకి స్పందించని జనం. నడుస్తూ... కార్లలో... బస్సు స్టాపుల్లో... రైల్వే స్టేషన్లలో... ఎయిర్‌పోర్ట్‌లలో – చెవిలో యంత్రాలతో... చేతిలో యంత్రాలతో... కళ్ళుండి సంధ్య వెలుగులు చూడలేరు... చెవులుండి సంధ్యారాగం వినలేరు.

పరిస్థితి అర్థం అవడానికి సంధ్యకి ఎంతో సమయం పట్టలేదు. తను బందీ అయిన ఆ రోజుకీ ఇప్పటికీ పెద్ద మార్పేమి లేదు. ఓ వైపు ఆటవేళ అంటే తెలియని పిల్లలు ఇంతకు పూర్వం లాగే స్కూల్ నుండి కోచింగ్ సెంటర్లకి వెళ్తున్నారు. మరో వైపు విరామం తెలియని పెద్దలు, పగలుకి రాత్రికి తేడ తెలియకుండా ఇంతకు పూర్వం కన్నా ఎక్కువ సమయం పనిచేస్తున్నారు. విశ్రాంతిగా గడపగలిగే వాళ్ళు, లేని వాళ్ళూ కూడ ఎలక్ట్రానిక్ యంత్రాలలో విరామాన్ని వెతుక్కుంటున్నారు. మనిషి అభివృద్ధికి ఎలక్ట్రానిక్ పరికారాలు ఎంతో ఉపయోగపడుతున్నాయి. అందుకు తనూ ఒప్పుకుంటుంది. కాని బాంధవ్యాలని ఆరోగ్యాన్నీ లెక్క చేయకుండా ఆవే లోకం అంటే ఎలా? అతి సర్వత్ర వర్జయేత్ కదా!

ఇలాంటి రోజే ఓ రోజు. టీవి సీరియల్స్ ప్రాచుర్యం పెరిగి వీధులన్నీ నిర్మానుష్యం అయిన రోజు. తను ఆవేశం పట్టలేక నిలదీసి అడగడానికి వెళ్తే పట్టి గదిలో బంధించారు ఆ ఎలక్ట్రానిక్ యంత్రాలు. మళ్ళీ అలాంటి పొరపాటు చెయ్యకూడదు. ఈ మనుషుల మనసులని కదపాలి. తన వైపు ఆకర్షించుకునేలా చెయ్యాలి. సంధ్యా సమయంలో ప్రకృతి ఒడిలో పిల్లలు ఆడుకున్నా... పెద్దలు విశ్రాంతి తీసుకున్నా కలిగే ఆనందం వాళ్ళకి తెలియజేయాలి. అందుకోసం తను ప్రతి రోజు ఈ జనంలోకి వస్తుంది. ఎన్ని కోట్ల సాయంత్రాలైనా శ్రమ పడుతుంది.

అదిగదిగో ఆమె ఎవరో పాపనెత్తుకొని గుమ్మంలో నిలబడి ఎదురుచూస్తోంది. ఆమె భర్త అప్పుడే కారు దిగి లోపలికి వచ్చాడు. నవ్వుతున్న పాప బుగ్గలు నిమిరి అదే చేత్తో అతని నుదుటిని తాకింది సంధ్య. ఏదో సందేశం అందినవాడిలా "నేను బట్టలు మార్చుకొని వస్తాను. పార్క్‌కి వెళ్దాం" అన్నాడతడు. "ముందు కూర్చోండి. మీకొకటి చూపించాలి" అంటూ ఆమె పాపని క్రిందకి దింపి చేతిలో ఐప్యాడ్ పెట్టింది. ఆ సంవత్సరం పాప తన చిట్టి చిట్టి వేళ్ళని చకచకా కదుపుతూ... నొక్కుతూ... కేరింతలు కొట్టసాగింది.

"వాహ్! ఇదెప్పటినుండి" ఆశ్చర్యం. "ఈరోజే! ఎప్పుడు చూసి నేర్చుకుందో తెలియదు. ఎంత బాగ ఆపరేట్ చేస్తోందో!" అంది ఆమె మురిపంగా. "నేను డ్రస్ మార్చుకుని వచ్చి రికార్డ్ చేస్తాను. ఈ రాత్రికే యూట్యూబ్‌లో పెట్టేద్దాం."

సంధ్య నిరాశగా వెనక్కి తిరిగింది. పక్కింటి ముందు పదినుండి పదిహేను

వయసున్న పిల్లలు. సంధ్య వాళ్ళ చుట్టూ తిరుగుతూ అంది 'రండి.. పరిగెత్తండి... హాయిగా ఆడుకోండి.' "రండిరా పార్క్‌లో ఆడుకుందాం" అన్నాడొకడు. "లేదురా! మా డాడి కొత్త గేం కొన్నాడు. అందుకే పిలిచాను" అన్నాడు మరొకడు. అందులో నలుగురు "ఓకే! కూల్!" అంటూ అరుస్తూ ఇంట్లోకి, మిగిలిన ముగ్గురూ పార్క్‌లోకి పరిగెత్తారు.

వాళ్ళ వెనకే పార్క్‌లోకి నడిచింది సంధ్య. ప్లే గ్రౌండ్‌లో కొంతమంది పిల్లలు క్రికెట్ ఆడుతున్నారు. బిపి, షుగర్‌లు తగ్గించుకునే ప్రయత్నంలో ఓ నలుగురు పెద్దవాళ్ళు గబగబా నడుస్తున్నారు. బెంచ్ పయిన ఓ నడివయసు జంట కూర్చుని కబుర్లు చెప్పుకుంటున్నారు. వాళ్ళని చూస్తే మాలతి గుర్తుకొచ్చింది సంధ్యకి. మాలతికి తనపట్ల వున్న ఆరాధన... దాన్ని ఆమే చెప్పిన తీరు, నిన్నో మొన్నో జరిగినట్లు గుర్తుకొచ్చింది.

★★★

ఒకానొక సాయంత్రం వేళ. ట్యుటోరియల్సూ, కాంపిటీషన్ పరీక్షలు అంటే తెలియని పిల్లలు స్వేచ్ఛా విహంగాలకి మళ్ళే ఆడుకుంటున్నారు. జుట్టుకి రంగు, వంట్లో కొలెస్టరాలు వుంటాయని తెలియని పెద్దలు అక్కడక్కడా గుంపులుగా చేరి మాట్లాడుకుంటున్నారు. కొందరు గృహిణులు తులసి కోట దగ్గర సంధ్యాదీపం వెలిగిస్తున్నారు.

అతనామె కోసం డాబా పయిన ఎదురు చూస్తున్నాడు. మొదట మల్లెల పరిమళం, తరువాత కాలి మువ్వల సడి, విడి విడిగా కట్టిన పసుపు తాళ్ళు కలివిడిగా కలిసిపోయి సూత్రాలు ఒకదాని నొకటి తాకి చేసే చిరు సవ్వడి – కొత్త పెళ్లి కూతురు, నెమ్మదిగా మెట్లెక్కి పైకి వచ్చింది. ఆ మేడ పయిన వాళ్లిద్దరే. ఒకరికెదురుగా ఒకరు... ఊసులాడుకునే జంట పక్షుల్లా.

అతను చెపుతున్నాడు, తన కలలు, కోరికలు, ఆశయాలు. ఆమె వింటోంది నవ్వుతూ. మధ్య మధ్య అతని వేళ్ళు ఆమె చెవి జూకాలని మీటు తున్నాయి. ముంగురులని సద్దే నెపంతో ఆమె చెంపలని తాకుతున్నాయి. "మరి నీ సంగతేమిటి? నువ్వేమీ చెప్పవే? నీ ఇష్టాలు... నీ కోరికలు..." అడిగాడతడు.

ఆమె ఒకసారి చుట్టూ చూసింది. తూరుపు వయిపు నీలి ఆకాశం, వెండి

మబ్బులు, బారులు తీరి వెళుతున్న కొంగలు. పడమటి కొండల అంచున అరుణ కాంతి... "ఇదే!" అంది ఆమె అతనికేసి తిరిగి ఉద్వేగంగా. "ఏమిటి?" అన్నాడతడు ఆశ్చర్యంగా. అతని అరచేతుల మీద తన చేతులు వుంచి, కళ్ళలోకి చూస్తూ చెప్పింది మాలతి "ఇలాంటి ప్రతి సాయంత్రం నువ్వు నాతో గడపాలి. నీ సాయంత్రాలన్నీ నావి కావాలి." "ఓస్! అంతేనా!" అన్నాడతడు తేలికగా."అంతే" అంటూ అతని మెడ చుట్టూ చేతులు వేసి మరింత దగ్గరయింది.

★★★

ఇప్పుడెక్కడుంది మాలతి? తలుచుకోగానే సంధ్య ఓ పెద్ద భవంతి ముందుకు వచ్చి నిల్చుంది. రెండతస్తుల ఇంద్ర భవనంలాంటి ఇల్లు. సరాసరి మేడ పైకి వెళ్ళింది. ఎవరూ లేరు. క్రిందకి దిగి హాల్‌లోకి వచ్చింది. అక్కడ కనిపించింది మాలతి.

వయసు మూడు పదులు, చుట్టు కొలత మూడింతలు పెరిగి సోఫాలో కూర్చుని టీవిలో సీరియల్ చూస్తోంది. కిటికీ ప్రక్కగా పాకిన సన్నజాజి పరిమళాలని కానుకగా తెచ్చి ఇస్తూ 'మాలతీ! నేను... నిన్ను వెతుక్కుంటూ వచ్చాను' అంది సంధ్య ఆమె చెవి దగ్గర గుసగుసగా.

మాలతి ఒకసారి కదిలి తిరిగి దీక్షగా చూస్తోంది 'అమ్మ పుట్టిల్లు మేనమామకే తెలుసు' సీరియల్. మూడు తరాల ఫ్యామిలీ కథ! రెండున్నర ఏళ్ళుగా ప్రసారమవుతోంది. తల్లిని చంపింది మేనమామే అని తెలిసి, అతనిపై పగ సాధించడానికి తన కోడలితో కలిసి ప్లాన్ చేస్తోంది హీరోయిన్. ఇంతలో మాలతి పక్కన వున్న సెల్ ఫోన్ బర్‌మంటూ కదిలింది. విసుగ్గా కదిలి చేతిలోకి తీసుకుంటే భర్త నుండి టెక్ట్స్ మెసేజ్ – 'మరో క్లయింట్ మీటింగ్... రావడం లేటవుతుంది... నువ్వు డిన్నర్ చేసెయ్!"

"రోజూ పాడే పాటేగా" విసుగ్గా అంటూ ఫోన్ పక్కకి విసిరేసి లేచి కిటికీ దగ్గరికి నడిచింది మాలతి.

అదే సమయమని 'అతను రాకపోతేనేమి, నాతో సమయాన్ని గడుపు. బయటకి వెళ్దాం! లేదా మేడ పైకి వెళ్దాం! ఈ సంధ్యాసమయాన్ని నువ్వయినా ఆస్వాదించు!' అంటూ సంధ్య ఆ రోజుని గుర్తుకుతెస్తూ ఆమె నెరసిన చెంపలు

సవరించింది. మాలతి పెదవులపై సన్నని చిరునవ్వు. వెంటనే సంధ్య ఆమె చెయ్యి అందుకుని 'రా! రా! రా!' అంటూ తొందర పెట్టింది. మాలతి నెమ్మదిగా వెనక్కి తిరిగి వీధి తలుపుకేసి రెండడుగులు వేసింది. ప్రసారంలో అంతరాయం ముగిసి సీరియల్ మళ్ళీ మొదలయింది. మాలతి వెనక్కి వెళ్ళి తిరిగి సోఫాలో కూర్చుంది.

టీవిలో... ఆగకుండా మ్రోగుతున్న డోర్‌బెల్. హిరోయిన్ వెళ్ళి తలుపు తీసింది. చెప్పులు, చీర కుచ్చిళ్ళు... అలా అలా కెమేరా పైపైకి పాకి గుమ్మంలో నిల్చున్న స్త్రీ మొహం పైకి వచ్చి ఆగింది. "ఎవరు మీరు? ఎవరు కావాలి?" అడుగుతున్న హీరోయిన్‌ని పక్కకి తోసి లోపలికి వస్తూ చెప్పింది ఆమె "నేను సుందర్ భార్యని, సుందర్ లేడా?" "ఏమిటి మోసం! సుందర్ నా భర్త!" అంటూ హీరోయిన్ కీచుగా అరుస్తూ క్రింద పడిపోయింది.

మాలతి ఆవేశంగా ఊగిపోతూ "ఒసే! పిచ్చిదాన! అదంతా నీ మేనమామ చేస్తున్న కుట్ర. దాని మాటలు నమ్మకు. బయటకి పంపించెయ్!" అంటూ అరవసాగింది. అరుస్తున్న మాలతిని అయోమయంగా చూసి, కలవరపడుతూ బయటకి వచ్చేసింది సంధ్య.

ఎందుకిలా మారిపోయిందీలోకం? కనీసం సాయంత్రం వేళయినా తనవాళ్ళతో గడుపుదామని, సేదదీరుదామని లేదే వీళ్ళెవరికీ. అందరూ నన్ను మరచిన వేళ... ఈ సంధ్యవేళ... ఎవరితో చెప్పుకోను నా బాధ? ఆవేదనల ఆలోచనలలో కొట్టుమిట్టాడుతూ ఓసారి చుట్టూ చూసి సంధ్య ఉలిక్కిపడింది.

చీకటి తెరలు నెమ్మదిగా జారుతూ నేలని కప్పివేస్తున్నాయి. ఎక్కి వచ్చిన వెండి మబ్బుల జాడే లేదు. 'నా వెను వెంటే రా!' అని చెప్పే సూరీడు ఎప్పుడో జారుకున్నాడు. అప్పుడే ఆకాశంలో చోటు చేసుకుంటున్న తారలు "పరిగెత్తు సంధ్యా! పరిగెత్తు!" అంటూ ఎలుగెత్తి అరిచాయి. తరుముకొస్తున్న చీకటి శక్తులకి పట్టుబడకుండా సంధ్య వేగంగా పరిగెత్తసాగింది. పరిగెత్తి... పరిగెత్తి... పడమటి కొండచరియనుండి క్రిందకి దూకేసింది.

★★★

తూరుపు దిక్కున లేలేత వెలుగులు పరుచుకున్నాయి. చీకటి తెరలు తొలిగిపోతున్నాయి. తనకన్నా ముందుగానే బయలు దేరిన తొలిసంధ్యని చూసి

సూరీడు నవ్వుకున్నాడు. కెంజాయ వర్ణపు దుస్తులు ధరించి... తెలిమంచు మేలి ముసుగులో... నీలిమబ్బుల పల్లకీ ఎక్కి... తిరిగి వచ్చింది సంధ్య. పక్షిని, పశువుని, మనిషిని, మానుని, పుడమి పయిన అణువణువుని తాకి మరీ చెపుతోంది 'ఇదిగో... నేనొచ్చాను సుమా! మీ కోసమే! మీ ఆనందం కోసమే!'

కౌముది అంతర్జాల పత్రిక – సెప్టెంబర్ 2012

ఆ ఒక్కటి

“గత పాతికేళ్లుగా మనం చదివిన స్కూల్ లైబ్రరీలోని తెలుగు పుస్తకాలు చదివినవాళ్ళు లేరుట. తీసేస్తున్నారని తెలిసి కొంచం సొమ్ము ఇచ్చి కొనేసాను” అంటూ విశ్వం నుండి మెసేజ్. ఒక్క నిమిషంపాటు కెరటంలా ఎగిసిన సంతోషం కాస్తా ఆ ఒక్కటి గుర్తుకు వచ్చి చప్పున వెనక్కితగ్గింది. దడుపు జ్వరం తగిలినట్లు మనసు శరీరం రెండూ ఒణికాయి.

‘ఇప్పుడెలా? ఈ ఆపద గట్టెక్కడం’ అనుకుంటూ ఆఫీసు పనికి హడావిడిగా ముంగింపు చెప్పేసి నేను వెళ్ళేసరికి – ఉచిత గ్రంథాలయం కాంపౌండ్ నుండి ట్రక్కొకటి వెళ్లిపోతోంది. లోపల హాలు నిండా పేర్చివున్న అట్ట డబ్బాల మధ్య దివిటిలా వెలుగుతున్న మొహంతో నిల్చునివున్నాడు విశ్వం. చుట్టూ చూస్తే నాకు తల గిర్రున తిరిగినంత పనైయింది. సుమారు ఓ రెండొందల పైగా వుంటాయి డబ్బాలు. నలభై ఏళ్ల తరువాత ఇలా వీటిని చూడాల్సి వస్తుందనుకోలేదు. తేరుకుని నీరసంగా అడిగాను “ఇప్పుడెందుకురా ఈ పాత పుస్తకాలు?”

నానుంచి ఇలాంటి వ్యతిరేకత ఊహించివుండడు. దాంతో కోపంగా “పాత పుస్తకాలా! అదేంట్రా శ్రీను అలా అనేసావ్! లైబ్రరీ పెట్టి మూడు నెలలు కాలేదు. మంచి సాహిత్యం కావాలి కావాలి అంటూ నాతో పాటు నువ్వూ ఆరాటపడుతున్నావు కదా! ఊహించని పెన్నిధి దొరికిందని నేను సంతోషిస్తుంటే... అదేం మాట?” అన్నాడు.

"మంచి సాహిత్యమే కానీ మరీ పా... తవి కదా! రీప్రింట్ కోసం చూడాల్సింది."

"మతిపోయిందిరా నీకు?! కొద్దిపాటి ప్రముఖులవి తప్ప తిరిగి ముద్రణ ఎక్కడ జరుగుతోంది? నాకు తెలిసి అందులో ఎన్నో ఇప్పుడు దొరికే ప్రసక్తే లేదు."

సమస్యని కళ్ళ ముందు పెట్టుకుని ఇప్పుడు వీడితో తర్కం అనవసరం. "పుస్తకాలన్నీ ఇచ్చేసారా? కొంత మటుకేనా?"

"కొన్ని మరీ పాడైనాయని చెప్పారు. కానీ అన్నీ ఇమ్మనమని చెప్పాను. వచన కావ్యాలనుండి బాలల సాహిత్యం వరకూ అన్నీను. అందులో ప్రముఖమైనవైతే రెండో, మూడో కాపీలుట. వాటి మంచిచెడులు బయటకి తీసాక మనం చూసుకోవచ్చు. స్కూల్లో తెలుగు టీచరుగారుట! శ్రద్ధగా రచయితల వారిగా డబ్బాల్లో సర్దించారని చెప్పారు. ఈ రోజు ఆవిడ సెలవుట. కలసి ధన్యవాదాలు చెప్పుకుందామంటే కుదరలేదు."

ప్రతి పుస్తకం ఇచ్చేసారా? దేవుడా! ఇన్ని వందల పుస్తకాలలో పేరు తెలియని ఆ ఒక్క పుస్తకం వెతికి పట్టుకోవాలి. ఇప్పుడు వీటి గురించి తెలిస్తే రాఘవ, మురళి, సంధ్యారాణి, రమాదేవి, కరుణాకర్, చందూ... అమ్మో అందరూ వచ్చి పడిపోతారు. కంగారు అణుచుకుంటూ అడిగాను. "సంధ్యారాణికి తెలుసా? రాఘవకి, ఇంక కరుణా వాళ్ళకి చెప్పావా?"

వాడి మొహంలోకి తిరిగి నవ్వొచ్చిచేరింది. "లేదింకా ఎవరికీ చెప్పలేదు. సంధ్య వాళ్ళ అన్నయ్య కొడుకు పెళ్ళి పనులంటూ ముందే వెళ్ళిందిగా! రేపు పెళ్ళిలో కలిసినప్పుడు చెబుతాను. వీటినిలా వదిలేసి పెళ్ళికి వెళ్ళాలని లేదనుకో. కానీ మా బావమరిది ఊరుకోడు."

నా మనసు చకచకా ఆలోచించసాగింది. రేపు శనివారం. సెలవు పెట్టేస్తాను. ఆదివారం ఎలాగూ సెలవే. విశ్వం పెళ్లి నుండి సోమవారం వరకు రాడు. "వాళ్ళెవరికీ చెప్పకు అప్పుడే. నువ్వు నిశ్చితంగా పెళ్ళికి వెళ్ళు. రేపు శని ఆదివారాల్లో నేను వీలైనంత వరకూ తీసి సర్దేస్తాను. వాళ్ళందరిని ఒకేసారి పిలిచి ఆశ్చర్యపరుద్దాం."

"అలా అన్నావు బావుంది. రా! ఇప్పుడే ప్రారంభిద్దాం" అంటూ ఓ డబ్బాని ముందుకు లాక్కున్నాడు.

"ఆగాగు నేను తీసి ఇస్తాను. నువ్వు అలమారాల్లో అమర్చుకో" అంటూ ఆ డబ్బాని మళ్ళీ నా దగ్గరికి లాక్కొన్నాను. పిల్లికి చెలగాటం... ఈ సామెతిక్కడ సరిపోదేమో! ప్రస్తుత పరిస్థితిలో నేను ఎలుకనన్న సంగతి వీడికి తెలియదుగా! "ఇంతకీ ఎంత సమర్పించుకున్నావేమిటీ?" అడిగాను డబ్బా తెరుస్తూ.

"ఏదో నేనివ్వగలిగింది ఇచ్చాను. అయినా ఇంత మంచి సాహిత్యానికి విలువ కట్టేవాళ్ళమా మనం?!"

మంచి సాహిత్యమే – కానీ ఏ స్థితిలో వుంది ఇప్పుడు? చేతిలోకి తీసుకున్న మొదటి పుస్తకంతోనే తెలిసిపోయింది. వెలసి పోయిన ఇటుక రంగు అట్టతో – గోధుమ రంగుకి మారిన కాగితాలు – అంచుల దగ్గర ఆ రంగు చిక్కనై మరకలు తేలింది. "నారాయణరావ్" అంటూ వాడి చేతిలో పెట్టాను.

"ఆహా! భలే ప్రారంభం! ఇంక వరుసపెట్టి బాపిరాజుగారివే."

"ఆ! ఇదిగో హిమబిందు... గోనగన్నారెడ్డి... కోనంగి... తుఫాను... జాజిమల్లి..." అంటూ ముందూ వెనుకా ఒకసారి తెరచి చూసి వాడి ముందు పెట్టసాగాను.

"ఈ రోజుల్లో మానవ బాంబుల్లా రాజుల కాలంలో విషకన్యలని ప్రత్యేకంగా పెంచి శత్రువులపైనా ప్రయోగించేవారుట!"

వాడి చేతిలోని హిమబిందుని లాగి తక్కినవాటిపైన పెట్టి బారిష్టర్ పార్వతీశం చేతిలో వుంచాను.

మొక్కపాటి, పిలకా గణపతిశాస్త్రి, పాలగుమ్మి, గోపీచంద్, రావిశాస్త్రి, తెన్నేటి హేమలత, బుచ్చిబాబు, చానో... నవలలూ, కథా సంకలనాలు... ఒక్కొకరివి బయటకి తీసి ముందు వెనుకలు చూస్తూ నేనైతే చకచకా ఇస్తున్నానే కాని విశ్వం మాత్రం ఒక్కో పుస్తకం దగ్గర ఆగిపోతున్నాడు. ఆగి పలవరిస్తున్నాడు.

"అసమర్థుని జీవయాత్ర, చివరకు మిగిలేది... అబ్బా! చలం పుస్తకాలు మన స్కూల్లో నిషిద్ధం కాని, లతాసాహిత్యం వుంచారు. నువ్వేమైనా చదివావా ఆవిడవి? ఇంకో మూడు వందల ఏళ్లయినా లతా, చలంలాగా ఎవరైనా వ్రాయగలరా అసలు?"

“వ్రాయలేరు. ఎందుకంటే అప్పుడు తెలుగు చదివే వాళ్ళు కానీ, వ్రాసేవాళ్ళు కానీ వుండరు.” విశ్వం నా మాట వినిపించుకోలేదు. తన ధోరణిలో తానున్నాడు. ప్రతి పుస్తకాన్ని అపురూపంగా అందుకుని చూస్తూ వాటి గుణగణాలని నాతో మొదటిసారి చెపుతున్నట్లు ముచ్చటిస్తున్నాడు.

నవలలు అందులో గ్రాంథికంలో వ్రాసిన వాటి జోలికంత వెళ్ళకపోయినా కథలంటే నాకూ ఇష్టమే. ఇందులో ఎన్నో ఎంతో ఇష్టంగా చదివినవే. కానీ ఎందుకో ఇవేవీ నన్ను విశ్వాన్ని కదిలించినట్లు కదిలించటం లేదు. అందుకు ‘ఆ ఒక్కటి’ కూడా కారణం కాదని నా మనసుకు తెలుస్తోంది. అసలివేవీ అవే పుస్తకాలంటే నమ్మకం కలగటం లేదు. రంగులు వెలసిపోయి ఇంత బరువుగా మబ్బుగా ఇవేనా అవి? వేలితో కదిపితే సీతాకోకచిలుకలవలే రెపరెపలాడుతూ – హత్తుకుని తీసుకెళ్ళే అమ్మాయిల గుండెలపైన గువ్వపిట్టలల్లే కువకువలాడిపోతూ – ఎన్ని హొయలు పోయేవి?

“రావిశాస్త్రిలాంటి మనిషి మళ్ళీ పుడతాడా అసలు? పాలగుమ్మి, చాసో, కొడవటిగంటి... ఆహా! వీళ్ళందరిని, వాళ్ళిచ్చిన సంపదని మరచిపోయి ఎందుకురా మనకీ బ్రతుకులు?”

తీరికగా వాడు చేస్తున్న ఈ ప్రసంగాలతో నాకు కోపం, చిరాకు రెండూ పెరుగుతున్నాయి. “మనకి అనకు. మనం తప్ప ఇంకెవరయినా చదువుతారా ఈ పుస్తకాలు? ఈ తరం వాళ్ళకోసం నా ఈ ఉచిత గ్రంథాలయం అంటూ నువ్వు ప్రకటించుకున్నా సరే – ఈ తరం కాదు కదా మన తరం కూడా ఎవరూ చదవరు. ఇదంతా అనవసరపు శ్రమ.”

మామూలుగా కంగున మ్రోగే వాడి కంఠం సాహిత్య సంభాషణ కొచ్చేటప్పటికి మెత్తబడి పోతుంది. “ఈ తరం ఆ తరం అంటూ లేదురా శ్రీను! ఇది మన జాతి సంపద! అందులో ఎవరి అభిరుచి వాడిది. ఆసక్తి వుండాలి అంతే! మన మురళిగాడు ఇప్పటికీ తిక్కనవారి పద్యకావ్య రసాస్వాదన తప్ప మరో ప్రపంచం తెలియకుండా వుంటాడా! ‘అట జని కాంచె...’ అంటూ ఆ వొక్క కావ్యం దగ్గరే ఆగి పోయినవాళ్ళు వున్నారు. కేవలం కొత్తగా వచ్చే సాంఘిక సాహిత్యం మాత్రమే చదువుతామని చెప్పేవాళ్ళు వున్నారు. మన తరం తరువాతి తరం అమ్మాయి

సుస్మిత – ఒకేఒక్క పుస్తకంతో సరిపెట్టుకోమని ఎవరైనా సంకెళ్లేస్తే గాథాసప్తశతి ఒక్కటి చాలు అంటుందిగా!"

డబ్బాలోనుంచి తీసిన కాశీ మజిలీ కథల బైండు పుస్తకాలు తిరగేస్తూ చెప్పాను. "నాకు తెలిసి పుస్తకాలు బోలెడు సేకరించి చదివే తీరికలేదనో మరో కారణమో చెప్పేవాళ్ళే ఎక్కువ. మేమంతా చదవడం కన్నా ఒకప్పుడు చదవడం ఇష్టం అన్న భావననే ఎక్కువ ప్రేమిస్తున్నామేమోననిపిస్తుంది. అందుకే నాలాంటి వాళ్ళ చదువు ఫేసుబుక్ పోస్టులకే పరిమితమైపోయింది."

"నీతో వాదన ఎందుకు కానీ అక్కడ డబ్బా పైన చరిత్రాత్మక రచనలు అని వ్రాసి వుంది చూడు. ఇలా అందుకో! ముందు అవి చూద్దాం."

"అదేం కుదరదు. గడియారం ముల్లులా ఎడమ నుండి కుడికి వెళ్తున్నాను. నువ్వు మధ్యలో ఇంకేవో చూస్తానంటే కుదరదు."

విశ్వం నాకేసి బతిమాలాడుతున్నట్లు చూసాడు. "నీకు తెలియదురా శ్రీను! నేను తిరిగి చదవాలని అనుకునేవి అందులో చాలా వున్నాయి. నోరిగారు మల్లారెడ్డి నవలలో కవి ఎఱ్ఱన పాత్రని మలచిన పద్ధతి నాకు భలే ఇష్టం. నన్నయ్య, తిక్కన రచనల నుండి ప్రేరణ పొంది అతగాడు భారత రచనలోకి దిగిన తీరు తిరిగి చదవాలని నా కోరిక. అలా రాజులకి కవులకి మధ్య సమకాలీన చరిత్ర తీసుకుని దానికి కల్పన జోడించి వ్రాయడం ఎంత అద్భుతం అసలు. సృజన అంటే అది కదా! మల్లాది వసుంధర వ్రాసిన రామప్పగుడి నవలలో శిల్పి రామప్పకి స్ఫూర్తి రుద్రమదేవి అంటే నమ్ముతావా నువ్వు?"

మరో పుస్తకాన్ని వాడి చేతిలో పెడుతూ కుతూహలంగా చూసాను.

"గణపతిరుద్రదేవుల పరిపాలనలో రుద్రాలయనిర్మాణంలో ప్రధానశిల్పి యువకుడైన రామప్ప. ఎవరూ లేని ఏకాంతసమయంలో వచ్చిన రుద్రమదేవిలో తన ఊహాసుందరిని చూస్తాడు. ఆ సౌందర్యరాశి ఎవరో, ఎక్కడి నుండి వచ్చి వెళ్ళిందో అతడికి తెలియదు. మరోసారి పురుష రూపంలో వచ్చిన ఆమెని ఆ యువతి తాలూకు తమ్ముడని అనుకుంటాడు. గొప్ప ఆరాధనతో అతడు చెక్కిన రతీదేవి, ఏకవీరాదేవి, గజలక్ష్మి, పార్వతిదేవి, మహిషాసురమర్ధని – అలా ప్రతి శిల్పం ఆమె రూపురేఖలని అద్దుకుంటాయి."

ఇదే విశ్వం ప్రత్యేకత! ఎప్పుడో చదివిన విషయాలు ఇప్పటికీ కళ్ళకి కట్టినట్లు చెబుతాడు. "చివరికి తెలుస్తుందా ఆమె ఎవరని?"

వాడు నా ప్రశ్న వినకుండా చేతిలో పుస్తకానికేసి చూసి "ఓహో! శ్రీకాంత్" అంటూ కెవ్వున అరిచాడు. "ఈ శరత్ సాహిత్యం అంతా దొరికిందని సంధ్యకి చెప్పకుండా వుండడం చాలా కష్టంరా! ఇక్కడ వుంచనిస్తుందో? ఇంటికే పట్టుకు రమ్మంటుందో?!"

ఒక్కసారిగా స్పృహలోకి వచ్చాను. కాలు తిమ్మిరి పెట్టిన స్పృహ కూడా అప్పుడే తెలిసింది. మాటల్లో పడి కొట్టుకుపోతూ నేను పుస్తకాన్ని తిరగెయ్యకుండానే వాడి చేతిలో పెడుతున్నాను. వీడిని ఇక్కడి నుండి త్వరగా పంపించాలి. "రేపు పొద్దున్న పెళ్ళికి వెళ్ళాలిగా. ఇంక నువ్వు ఇంటికి వెళ్ళు! నేను చూసుకుంటానులే" అన్నాను.

ఓసారి ఫోన్ చూసుకుని "అమ్మో! సంధ్యనుండి రెండు మెసేజులు. చూడనేలేదు" అంటూ లేచాడు. వాడిని సాగనంపి తిమ్మిరి పట్టిన కాలుపైన కాస్త నీళ్ళు చల్లి చుట్టూ చూసాను. ఏ డబ్బాలో వుందోకదా! అనుకుంటే ఎక్కడాలేని నీరసం వొచ్చింది. చీకటిపడి – లోపలా బయటా కూడా సద్దుమణిగి – నా గుండె చప్పుడు నాకే వినిపిస్తోంది.

శరత్ రచనలతో నిండి వున్న ఆ డబ్బాని తిరిగి ముట్టుకోవాలనిపించలేదు. అమ్మాయిల ఆరాధ్య రచయత కాబట్టి వాళ్ళచేత ఆహా! అనిపించుకోవడానికి అప్పట్లో కొన్ని చదివానే కానీ – పురుషపాత్రలకి బలహీనతలు భగ్నప్రేమలు అంటకట్టి అన్యాయం చేసాడని ఎక్కడో కోపం కూడా వుంది.

తప్పదు కదా అని శరత్ పుస్తకాలు ఓ సారి తిరగేసి సర్దేసి స్థిమితంగా కూర్చుని మరో పెట్టె తెరిచాను. వరుస పెట్టి మరిన్ని బెంగాలీ అనువాదాలు. చోఖేర్ బాలి, పడవ మునక, గోరా... టాగోర్ రచనలు – అన్నీ అస్తవ్యస్తంగా వున్నాయి. మొఘల్ దర్బార్ కుట్రలు, దుర్గేశనందిని, నవాబు నందిని, ఆనంద్ మఠ్...

బంకించంద్ర ఛటర్జీ రచన దుర్గేశనందిని – ముందు వెనుకల అట్టలు ఊడి దీనస్థితిలో వుంది. పాత చందమామలలో చిత్ర వేసిన అందమైన బొమ్మలతో చదివిన కథ ఇప్పటికీ మనసులో తాజాగావుంది. కళ్ళు మూసుకుంటే మేలిముసుగులో రాజకుమారి తిలోత్తమ చిత్రం అందంగా ప్రత్యక్షమయ్యింది.

అలాగే మూసి వుంచిన కళ్ళ ముందు ఆనాటి మా పాఠశాల, గ్రంథాలయం వచ్చి నిలిచాయి. నాకు నెమ్మదిగా అర్థమవసాగింది. నా జ్ఞాపకాలు కేవలం ఈ పుస్తకాలతో ముడిపడి లేవు. ఆనాటి వాతావరణం – స్నేహితులతో పంచుకున్న ఆ జీవితం. ఎత్తయిన ఆ గ్రంథాలయం భవంతి, విశాలమైన గదులు. అడుగడుగునా వుండే నిశ్శబ్దం హెచ్చరికలు – అవి మాటలకే కానీ, అమ్మాయిల కిలకిలలకి, వారితో మా చూపుల సందేశాలకి కాదే! అద్దాల అల్మారాలలో నుండి తొంగి చూస్తూ ఊరించే పుస్తకాలు. అవి పరిచయం చేసిన కొత్త ప్రపంచాలు – అన్నీ కలగలసి కలిపించిన అందమైన స్వాప్నిక వాతావరణం.

ఛ! వీటిని తీసుకుని విశ్వం చాలా తప్పు చేశాడు. ఇన్నాళ్ళు మనసులో పదిలంగా వున్న అందమైన అనుభూతి కాస్తా చెదరిపోయింది. సమయం చూస్తే ఒంటిగంట. దీపం తీసేసి, తలుపులు దగ్గరగావేసి తాళం వేస్తుండగా వినిపించింది, 'పారా హుషార్!' అంటూ హెచ్చరిక. తాళం వేసినంత మాత్రాన ఈ జాతి సంపద నిజంగా భద్రంగా వుందా?!

★★★

మరునాడు ఉదయం తలుపులు కిటికీలు తీసి అప్పటివరకూ జరిగిన పని ఓసారి అంచనా వేసిచూస్తే నిన్న రాత్రి ఓ పాతిక శాతం పని అయినట్లు అనిపించింది. పర్వాలేదు ఇంకా రెండు రోజులు వుంది.

ఎలాంటి భావోద్వేగాలకి లొంగకుండా పనిచెయ్యాలని కూర్చున్నానే కానీ – తీయడమే తడువు సోవియట్ అనువాదాలు బయట పడ్డాయి. అడవిలో ఇళ్ళు, టాల్‌స్టాయ్ పిల్లల కథలు, ఛుక్ గెక్ అన్నదమ్ముల కథ, నొప్పి డాక్టరు... ఎక్కడాలేని ఉత్సాహం వచ్చింది. తిరిగి చదవడం అంటూ చేస్తే వీటితోనే మొదలు పెడతాను.

బాలల సాహిత్యాన్ని అలమారాల్లోకి చేర్చి కూర్చోగానే రష్యన్ మహా రచయతలు వరస పెట్టి బయటకి రాసాగారు. దోస్తోవిస్కీ, పుష్కిన్, చెకోవ్, మాక్సింగోర్కీ... 'ప్రపంచ వ్యాప్తంగా మహా రచయతలందరూ వ్రాయని వస్తువంటూ వుందా అసలు? అంతర్గత సంఘర్షణల నుండి – అడవులనుండి – అంతరిక్షం వరకూ... ఏది వదలిపెట్టలేదే!' అంటూ చెవి పక్కన కూర్చుని విశ్వం చెపుతున్నట్లేవుంది.

తలుపు గడియ టకటకామని కొడుతున్న చప్పుడికి తలతిప్పిచూశాను. గుమ్మంలో ఓ అపరిచిత నవ్వుతూ నిల్చునివుంది.

"నమస్తే! మీరు నిన్న మా స్కూల్ గ్రంథాలయం తాలూకు తెలుగు సాహిత్యమంతా తెచ్చుకున్నారుట. నేను అక్కడ తెలుగు టీచర్‌ని. చూసి వెళ్దామని వచ్చాను."

'మహాతల్లీ! ఈ సమయంలోనే రావాలా?!' అనుకుంటూ "ఆ! రండి! లోపలికి రండి!" అంటూ ఆహ్వానించి – కూర్చోమని చెప్పి – నిన్న పుస్తకాలు తెచ్చింది నేను కాదని నా స్నేహితుడు విశ్వం అని చెప్పాను. ఆవిడ నిన్న స్కూలుకి రాకపోవడంతో వాడు ధన్యవాదాలు చెప్పడం కుదరకపోయిన విషయంకూడా చెప్పాను.

ఆవిడ నవ్వి" నేనే మీ స్నేహితుడికి ధన్యవాదాలు చెప్పుకోవాలి. వీటితో నాకు పాతికేళ్ళ అనుబంధం. ఇంత అపురూపమైన సాహిత్యం, ఏ రద్దీవాడి చేతిలో పెట్టేస్తారో అని దిగులు పడిపోయాను" అంది.

ఈవిడే అడ్డుపడకపోతే వీటి ప్రస్తుత రూపురేఖలకి స్కూల్ వాళ్ళు ఆ పనే చేసేవాళ్లేమో?!

"మీరు మాత్రం! ఎంత సాహిత్యాభిమానూలు కాకపోతే ఇంత పొద్దున్నే వచ్చి ఇవన్నీతీసి అమర్చుకుంటున్నారు చెప్పండి? వీలైనంతవరకూ రచయతల పేర్లు, అనువాదకుల పేర్లు డబ్బాలకి కుడి వైపు పై అంచున వ్రాసాను. చూసారా?"

నా దారిన నేను పుస్తకాలు బయటకి తీస్తూ లేదన్నట్లు తల వూపాను.

"రష్యన్ అనువాదాలు కానిస్తున్నారు. వీటి పక్కన ఈ పాతిక డబ్బాలు ఆంగ్ల సాహిత్యం తాలూకు అనువాదాలు. వాటినానుకుని ఈ నలభై డబ్బాలలో సంస్కృతం నుండి తెలుగులోకి తెచ్చిన అనువాదాలు. వాసవదత్త, కాదంబరి, ముద్రారాక్షసం, మేఘసందేశం... ఇంకా పద్యకావ్యాలు, వచనకావ్యాలు... ఒక్కటేమిటీ – మహాభారతం, రామాయణం నుండి, దేవి భాగవతం వరకూ సమస్తమూ వున్నాయి."

ఆవిడ చెపుతున్న ఆ డబ్బాల సంఖ్యే నాకు తలపైనా టంగుటంగుమని కొట్టినట్లు వినిపిస్తోంది.

"ఇదిగో ఈ వరుసంతా చరిత్రాత్మక రచనలు. చరిత్రాత్మక రచనలు విశ్వనాథవారు కూడా చేసారు కానీ వాటిని వీటిలో కలపలేదు. మహానుభావుడు! ఆయనవన్నీ ప్రత్యేకం! వేరు డబ్బాలలో పెట్టించాను. కొన్నయితే రెండు నుండి మూడు కాపీలు."

ఈవిడ డబ్బా వాసన చూసి అందులో ఎవరి రచనలు వున్నాయో చెప్పేలావుంది. నేను చెయ్యాల్సిన పని మర్చిపోయి, తలెత్తి, అటూ ఇటూ గిరగిరా తిరుగుతున్న ఆవిడనే చూస్తుండి పోయాను. ఆవిడ వరుస పెట్టి చూస్తూ, వెతుకుతూ "ఇదిగో ఇక్కడున్నాయి శ్రీపాదవారివి, విశ్వనాథవారివి. వీరి పక్కన ఇదిగో తెలుగులో వచ్చిన బాలలసాహిత్యం..." అంటూ ఆగి ఊపిరి పీల్చుకుంది.

చూస్తుంటే ఈవిడ ఇప్పుడిప్పుడే ఇక్కడి నుండి కదిలేలా లేదు. నేనోసారి గొంతు సవరించుకుని చెప్పాను. "వీటిపైన మీకున్న అభిమానం ఎలాంటిదో తెలుస్తోంది. మా గ్రంథాలయం తలుపులు మీకోసం ఎప్పుడూ తెరిచేవుంటాయి. మీరు ఎప్పుడు కావాలంటే అప్పుడు వచ్చి చదవడానికి తీసుకోవచ్చు."

నా మాటలకి ఆవిడ పకపకా నవ్వింది. "చదవడమా? ఒక్కొక్కటి రెండు మూడు మార్లు చదివినవే. నచ్చినవైతే లెక్కకు మించినన్ని సార్లు. చదవాలన్న కుతూహలం వున్న మీలాంటి వాళ్ళ చేతిలో పడ్డాయి. నాకంతే చాలు. నేనింక వెళ్ళాలి మరి" అంటూ కదిలింది.

హమ్మయ్యా! అనుకుని – సాగనంపే ఉద్దేశ్యంతో నేను లేచి వెనకే నడిచాను.

గుమ్మం దాకా వెళ్ళిన ఆవిడ అంతలో చటుక్కున వెనక్కి తిరిగింది. "ఎన్నెన్ని సార్లు చదివానో అనుకుంటే గుర్తుకు వచ్చింది. మీకో తమాషా అయిన సంగతి చెప్పాలి. భ్రమరవాసిని నవల ఆఖరి పేజీలలో ఎవరో అజ్ఞాతప్రేమికుడు సంధ్యారాణి అన్న అమ్మాయికి రాసిన ప్రేమలేఖ కూడా ఆ నవల చదివిన ప్రతిసారి చదివాను" అంటూ చిరునవ్వు నవ్వింది.

నా మొహంలోకి రక్తం జివ్వున పాకి వచ్చింది. గుండె ధడ్ ధడ్ ధడ్ మంటూ కొట్టుకోసాగింది. బల్ల మీద అందుబాటులో కనిపించిన పుస్తకం ఆఖర్లో వున్న ఓ తెల్ల కాగితంలో వ్రాయడమైతే వ్రాసానే కానీ చించి ఇవ్వడానికి ధైర్యం చాలలేదు. మర్నాటికి టెంతుక్లాసు ప్రిపరేషన్ పరీక్షలంటూ అన్ని పుస్తకాలు అల్మారాలలో

చేర్చి తాళాలు వేసారు.

"అసలేమికథ! ఏమి కల్పనండీ! అందులోనే సమాంతరంగా నడిచే ఓ రెండు కథనాలు! ఆహా! మరో లోకంలోకి ప్రయాణం చేయిస్తుంది కదా!" అంటూ ఆవిడ గుమ్మం దాటేసింది.

నేను గుండెదడ, కంగారూ అణుచుకుంటూ – మొహం వీలైనంత అమాయకంగా పెట్టి "ఎవరు వ్రాసారు మేడమ్ ఆ నవల? గుర్తుకురావడం లేదు?" అన్నాను.

ఆవిడ వెనక్కి తిరిగి నాకేసి ఓసారి విచిత్రంగా చూసి, అంతలో గమ్మత్తుగా నవ్వేసి – "మీకో సూచన ఇస్తాను. సుళువుగా ఇట్టే పట్టేస్తారు. దిండు క్రింది పోక చెక్క! భ్రమరవాసినిలో ప్రేమలేఖ!" అంటూ వెళ్ళిపోయింది.

నా తల గిర్రున తిరిగింది. ఈవిడసలు తెలుగు మాస్టరా? లేక క్విజ్ మాస్టరా? 'దిండు క్రింది పోకచెక్క?!' – అయినా అదేం క్లూ? కనీసం పుస్తకం పేరు తెలిసింది అంతే చాలు! మనసు కుదుటపర్చుకుని రెట్టింపు ఉత్సాహంతో మరో డబ్బా ముందుకు లాక్కున్నాను.

సారంగ అంతర్జాల పత్రిక - ఏప్రిల్ 2020

ఆప్తవాక్యం

నేను చదివిన విజయ గారి మొదటి కథ 'ఇంటికి రా!'. ఇప్పుడు రచనాకాలాన్ని బట్టి చూస్తే అది ప్రచురితమైన తన మొదటి కథ అని తెలుస్తుంది. కానీ అప్పుడలా అనిపించలేదు. వింతయిన ఒక ఫోన్ కాల్ వెనుక ఒక దుస్థితిని పరిణితితో చిత్రించిన ఆ కథ మనసులో అలా గుర్తుండిపోయింది.

ఏవయినా కథలు ఎందుకు బాగున్నాయో చెప్పుకునేప్పుడు వాటిలో ఏం ఉందో కాకుండా ఏమేం లేకపోవడం వల్ల బాగున్నాయో ఒక పట్టిక లాగా చెప్పడం తరచూ గమనిస్తూ ఉన్నప్పుడు 'ఎందుకలా?' అని అనిపిస్తూ ఉంటుంది.

కానీ ఇప్పుడు ఈ కథల్లో నాకు నచ్చే లక్షణాలు రెండు చెప్పడానికి అదే దారి పట్టవలసి వస్తుంది. సమాజాన్ని పట్టి పీడించే సమస్యల చుట్టూ కథల్ని అల్లాలనే చిరకాలంగా చలామణీలో ఉన్న నియమాన్ని పట్టించుకోకపోవడం ఆ లక్షణాల్లో మొదటిది. అందువల్ల పీఠాలెక్కి పాఠాలు చెప్పవలసిన అవసరం తప్పిపోవడంతో పాటు, రచయిత్రి సంయమనంతో ఎక్కడా కల్పించుకోక పోవడం రెండవది. ఈ లక్షణాలు లేనంత మాత్రాన మంచి కథలయి పోతాయని అని చెప్పబోవడం లేదు. కానీ ఆ అలవాటయిన చట్రాలకు లొంగకుండానే ఆకట్టుకునేట్టు రాయగల నైపుణ్యం ఈ కథల్లో కనిపిస్తుందని పాఠకులకూ అర్థమవుతుంది.

ఈ కథల్లో వస్తువైవిధ్యానికి కొరత లేదు. డయాస్పోరా కథల్నుంచి, పౌరాణిక గాథల దాకానే కాకుండా తెలుగువారి జీవితాల్లోని భిన్నపార్శ్వాలను పట్టి చూపారు. ఏ కథకు అవసరమైన భాష ఆ కథకు సరిగ్గా కుదిరింది. వాక్యం సాఫీగా నడిచి చదివిస్తుంది. కథనంలో సంయమనం చూపడం వల్ల అనవసరపు వ్యాఖ్యలు కనపడవు. అవసరమైనప్పుడు చేసిన వర్ణనలు పాఠకులను ఆ సన్నివేశాల్లో నిలబెడతాయి.

ముందుగా చెప్పుకోవలసింది 'అపరిచితుడు' కథ గురించి. ఎంతో మందికి అనుభవంలోకి వచ్చినా సాహిత్యపుటల్లోకి ఎక్కని అరుదయిన సందర్భాలు అనేకం. వాటిని గమనించగల, చెప్పదగిందేదీ లేనట్టనిపించినప్పటికీ తప్పకుండా చెప్పవలసినవిగా, చెప్పుకోవాలనిపించేవిగా గుర్తించగల పరిశీలనాశక్తి, వాటిని కథలుగా మలచడానికి తగిన నేర్పుతో పాటు కొత్తదారుల్లోకి కథను నడపడానికి కావలసిన సృజనాత్మక సాహసమూ కనిపిస్తుంది ఈ కథలో.

రెండు డయాస్పోరా కథల్లోనూ టీనేజ్ కుర్రాళ్ల మనస్తత్వాల్ని వేరే కథల్లో కనపడని భిన్నకోణాల్లో చూపారు. ఇంట్లోవారి కళ్లుగప్పి తప్పుడుదోవ పట్టబోయే కుర్రాడు ఒక కథలో, పెద్దలకు ఇష్టం లేకపోయినా సేవానిరతి కనపరచే కుర్రాడు ఇంకో కథలో నాణేనికి రెండు వైపులుగా కనపడతారు.

శివపార్వతుల వివాహఘట్టాన్నీ, బృందావనంలో వేణుగానాన పరవశులైన గోపికల మధ్య మెరిసిన నర్తకి నాట్యాన్నీ సరళ గ్రాంథికములో కళ్లకు కట్టినట్టు చెప్పడానికి కావలసిన భాషా సంపత్తి ఎక్కడినుంచి సమకూర్చుకున్నారో 'ఆ ఒక్కటి' కథలో తెలుస్తుంది. అందులో ఒకానొక కాలపు గ్రంథాలయంలో కథ నడిపించి అన్ని అరలూ తెరిచి జ్ఞాపకాల పొరలు ఒక్కొక్కటీ విప్పుతారు.

'అల్లరి తమ్ముడు' అంతే తేలిగ్గా పాప దృక్కోణంనుంచి రాసిన కథ. మనం తెచ్చిపెట్టుకునే పెద్దరికాలకూ, తొడుక్కునే గాంభీర్యపు ముసుగులకూ పిల్లలలోకంలో తావు లేదనీ, ఆ లోకపు మురికి పూసి, ఈ మకిలి కడిగేస్తారనీ హృద్యంగా చెప్పి చిరునవ్వులు పూయిస్తుంది.

'నన్ను మరచిన వేళ' తనే పన్నుకున్న యంత్ర తంత్ర వ్యూహంలో ఆధునిక మానవుడు చిక్కుకుని బయటపడలేకపోవడాన్నీ, 'ఉగాది వచ్చి వెళ్లింది'లో

అలవాట్లకు అనువుగా లోంగిపోయే మనుషుల అశక్తతనూ, వాళ్లు వాటిని సమర్థించుకునే తీరునూ భిన్నంగా చెపుతాయి.

నాలుగు గోడల మధ్యా కోవిడ్ కాలపు ఊపిరి ఆడని ఉక్కిరిబిక్కిరితనాన్ని తట్టుకుని బంధాలను నిలుపుకున్న దంపతుల కథ 'దిల్ ధడక్ నే దో'లో ఆ నిలవనీయని తనం తెలుస్తూనే ఉంటుంది. ఆ గడ్డు రోజుల్ని మళ్లీ కళ్ల ముందు నిలుపుతుంది. ఎంత వద్దనుకున్నా కొన్ని రక్త సంబంధాలు ఎలా అనూహ్యంగ పెనవేసుకుంటాయో 'చిన్నారి' కథ చెపుతుంది.

కుర్రతనపు మూర్ఖపు చేష్ట వల్ల మిగిలిన చిరకాలపు అపరాధభావనను తిరిగి రేపిన 'సాక్షి' కథ, మసక దారుల పల్లెటూరిలో వెలుగు నీడల చీకటి గోడల నడుమ భయాందోళనలు రేకెత్తించే 'నల్ల మందు' కథ, ఉత్సుకతతో చదివిస్తాయి.

మంచి ఇంకా మిగిలి ఉందని గుర్తు చేసే కథ 'గోదావరీ తీరంలో' మనసుకి నెమ్మది ఇస్తుంది. విపత్కర పరిస్థితులనుండి తప్పించడానికీ, తోడుగా నిలవడానికీ ఆ రెండో మనిషి తెలిసే ఉండనవసరంలేదనీ 'రీచ్ ఔట్' కథ ఒక దారి చూపుతుంది. ఎంచుకున్న విభిన్నవస్తువుల వల్ల కథనంలో వైవిధ్యమూ, కొంత ప్రయోగశీలతా పాఠకుడికి కనిపిస్తాయి. వస్తువుల మానవీకరణ, టైంలైన్ చట్రంలో అల్లుకున్న కథనమూ వంటివి గమనించదగ్గవి.

కథాంశాలను ఎన్నుకోవడంలోనూ, కథనంలోనూ చూపుతున్న శ్రద్ధ కనిపిస్తూ ఉంది. విజయ గారు ఇదే దోవలో సాగుతూ, ఇలాగే మరిన్ని కథలు రాయాలని కోరుకుంటూ శుభాకాంక్షలతో...

చంద్ర కన్నెగంటి

డాలస్, టెక్సాస్

నా రచనా గమనం

ప్రతి ఇంట పత్రికలు, పాఠశాలలలో మంచి గ్రంథాలయాలు నాకు బాల్యం నుండే దొరికిన సంపద. పుట్టి పెరిగింది నిజాం షుగర్ ఫ్యాక్టరీ తాలూకు గ్రామాలలో. కాలేజ్ చదువులు హైద్రాబాదులో. ఉద్యోగ రీత్యా 1996లో అమెరికా వచ్చాక – ఇక తెలుగు సాహిత్యం చదివే అవకాశమే లేదని సరిపెట్టుకున్నాను. ఇండియాలో వుండగా కొన్ని ఆర్టికల్స్ మాత్రం వ్రాసిన నేను మళ్ళీ ఎప్పుడూ రచన జోలికి వెళ్తానని అనుకోలేదు. 2010లో కౌముది వెబ్ మాస పత్రిక గురించి తెలిసి చదవడం మొదలు పెట్టాక అనుకోకుండా ఓ కథ రాసి పంపడం, కౌముది సంపాదకులు వెంటనే ప్రచురించడంతో నా కథా రచన ప్రారంభం అయింది.

కథా రచన విషయానికి వస్తే – కథలో వస్తువు, వాక్యం రెండూ ముఖ్యమే నాకు. కథని అల్లుతున్నప్పుడు వచ్చి చేరే పదాలు, వాటి కూర్పుతో ఏర్పడే అందమైన వాక్యాలు నాకు సదా ఉత్తేజాన్ని కలిగిస్తాయి. ఊహ కథగా మారే యత్నం – కొన్నిసార్లు చిటిక వేసినంత సులువు, మరి కొన్నిసార్లు దేవగంగని భువికి దింపే భగీరథ ప్రయత్నం. వ్రాస్తున్న కథలో సంభావ్యత కనిపించక మధ్యలో వదిలివేసినవి వున్నాయి. చల్లని నీటిలో దిగడమా వద్దా లాంటి సందిగ్ధత, ఒక్కోమారు కథ మొదలుపెట్టినప్పుడు ఎదురై నెలలు... సంవత్సరాలు... కథారచనకి దూరంగా వుండడం కూడా జరిగింది.

ఇక రాయటం అన్న మాటకొస్తే కథా రచన అన్నది ఇల్లు, ఉద్యోగం లాంటి (అ)సాధారణ జీవితానికి అతీతంగా సాగే మరో ప్రపంచం నాకు. ఇది ఇప్పుడు అవసరమా అనుకునే క్షణాలు అనేకం వున్నా – మా అమ్మాయి, మావారు మరింక ఆత్మీయ బంధువులు, స్నేహితులు ఇచ్చే ప్రోత్సాహం ముందుకు నడిపిస్తుంటుంది.

అలాంటి ప్రయాణంలో ఇప్పటి వరకూ నేను రాసిన కథలు, ఛాయా పబ్లికేషన్స్ ద్వారా ఇలా ఈ పుస్తకంగా వస్తున్నందుకు చాలా సంతోషంగా వుంది.

విజయ కర్రా
డాలస్, టెక్సాస్
vijayakarra.katha@gmail.com

ధన్యవాదాలు

- నా కథలను ప్రచురించి కథా రచన పట్ల నా ఆసక్తి, నమ్మకం కొనసాగడానికి కారణమైన కౌముది సంపాదకులు కిరణ్ ప్రభ గారికి, కాంతి కిరణ్ గారికి,
- తానా మాసపత్రిక సంపాదకులు నారాయణస్వామి శంకగిరి గారికి,
- వాకిలి సంపాదకులు రవీ వీరెల్లి గారికి,
- సారంగ సంపాదకులు అఫ్సర్ గారికి, కల్పన గారికి,
- ఈమాట సంపాదకులు మాధవ్ మాచవరం గారికి, వారి సహసంపాదకులకు,
- కినిగే పత్రిక సంపాదకులకు,
- ఆంధ్రజ్యోతి ఆదివారం అనుబంధం సంపాదకులకు

నా హృదయ పూర్వక ధన్యవాదాలు.

- ఆంధ్రజ్యోతి ఆదివారం అనుబంధంలో వచ్చిన నా కథ 'రీచ్ ఔట్' మరింత మంది పాఠకులకు చేరాలని కోరుతూ కేంద్ర సాహిత్య అకాడమీ పురస్కార గ్రహీత, ప్రసిద్ధ అనువాదకురాలు శాంతసుందరి గారు హిందీలోకి అనువాదం చేసారు. 'ధకల్' అన్న పేరుతో ఈ కథ 'నయీ దునియా' అనే దినపత్రికలో 18 అక్టోబర్ 2015 లో వచ్చింది. వారికి నా నమః సుమాంజలి.

- అడగగానే ఎంతో ఆత్మీయంగా ఈ కథా సంకలనానికి ముందుమాట వ్రాసి ఇచ్చిన ప్రముఖ రచయిత్రి, సామాజిక కార్యశీలి, డా. కె. ఎన్. మల్లీశ్వరి గారికి, ఆప్త వాక్యం వ్రాసిన ప్రముఖ రచయత, కవి, చంద్ర కన్నెగంటి గారికి నా హృదయ పూర్వక ధన్యవాదాలు.

- ఇప్పటి వరకూ నేను వ్రాసిన కథలను పుస్తక రూపంలో తీసుకు వస్తున్న ఛాయా పబ్లికేషన్స్ మోహన్ బాబు గారికి, ఇతర సాంకేతిక నిపుణులకు నా ప్రత్యేక ధన్యవాదాలు.

కథాలోచనలు

ముగింపు నుండి ప్రారంభం అయ్యే కథలు పాఠకులకు చెందినవి.

– చిన్నారి

అతడిని అర్థం చేసుకునే క్రమంలో ఆమె కథల్లో పురుష పాత్రలు ప్రధానమవుతూ వచ్చాయి.

– సాక్షి

వాక్యపు అందమేదో వాస్తవాన్ని మించిపోయినప్పుడు కవితాత్మకతని సంతరించుకుంటుంది.

– మోహన వంశీ

పాత్ర చొరవ తీసుకుని కథాగమనాన్ని ముందుకు నడిపించినప్పుడు రచయితకు కలుగుతుంది ఎపిఫనీ.

– నల్లమందు

పాలు మసిలి మరిగితే కానీ కోవా తయారవనప్పుడు మేధోమథనం లేకుండా కథ ఎలా తయారవుతుంది?

– ద డే బిఫోర్

ఆమెతో సంఘర్షణ అనునిత్యం అయ్యాకే అతడు కథలనేవి కట్టు కథలు కావని నమ్మగలిగాడు.

– దిల్ ధడక్ నే దో

అనుభవంనుంచో, జీవితాలనుంచో నేర్చుకోక మనిషి చేసిన తప్పులే మళ్ళీ మళ్ళీ చేస్తున్నంత కాలం కథలకు లోటు లేదు.

– విండో షాపింగ్

9 789392 968693